രക്തസാക്ഷികൾ ഉണ്ടാകുന്നത്

രക്തസാക്ഷികൾ ഉണ്ടാകുന്നത്

മൈക്രോ കഥകൾ

ടി. സജി

ബോധി ബുക്സ്

malayalam
rekthasakshikal undakunnathu
micro stories

by : t. saji

first edition : february 2021

cover design : tijo raju
page layout : matrix designs, haripad
printing: manipal technologies ltd.

publishers:
bodhi books
VIII/6, saravana building, pathiyoor, keerikkad p.o.,
kayamkulam, alappuzha dist. 690 508
8281602886, 0479-2436571
bodhibooks03@gmail.com

distribution
sanghamithra, 9447304886

isbn: 978-81-949184-6-2

₹ 130

ഒന്നും
ഒന്നിനുംവേണ്ടി
ആയിരുന്നില്ല.

പക്ഷേ,

എല്ലാം
എന്തിനോവേണ്ടി
ആയിരുന്നു.
എന്തിനോവേണ്ടി
മാത്രം...

ടി. സജി

ആലപ്പുഴ ജില്ലയിലെ കാർത്തികപ്പള്ളി സ്വദേശി. പിതാവ് കെ. തങ്കപ്പൻ, മാതാവ് എൻ. സരസ്വതി. അക്ഷരപൂജ, പ്രണതി മിനിമാസികകൾ പ്രസിദ്ധീകരിച്ചിരുന്നു. 1999 മുതൽ കമ്പ്യൂട്ടറൈസ്ഡ് പേജ് ലേ-ഔട്ട്, ഡിസൈനിംഗ് രംഗത്തും പ്രവർത്തിച്ചുവരുന്നു. സെയിൽസ് ടാക്സ് വോയ്സ് മാസിക സംസ്ഥാന തലത്തിൽ 2005-ൽ നടത്തിയ ചെറുകഥാ മത്സരത്തിൽ "സായന്തനത്തിലെ നിഴലുകൾ"ക്ക് ഒന്നാം സ്ഥാനം. പത്നി: രേഖ, പുത്രി: ക്ഷേത്രജ. വിലാസം: സരസ്വതിഭവനം, കാർത്തികപ്പള്ളി തപാൽ, ആലപ്പുഴ-690516. ഇപ്പോൾ കണ്ടല്ലൂർ താമസം. വിലാസം: ഉയർച്ച, പട്ടോളി മാർക്കറ്റ് തപാൽ, പുതിയവിള, ആലപ്പുഴ ജില്ല - 690531.

9497153007
9947573007
saji.pranathi@gmail.com
saji.thankappan.5
saji thankappan@sajikuttan

ഒരു തുലാവർഷ സന്ധ്യയിലെന്ന പോലെ, ചെറുചാറ്റലായി മനസ്സിലേക്കിറ്റുവീണ ഭാവനയുടെ കണങ്ങളെ, ചിതറിത്തെറിച്ച് പോകാതെ, പെറുക്കിയെടുത്ത് അടുക്കിവയ്ക്കാനാദ്യം പഠിപ്പിച്ച മാതൃഹൃദയത്തിന്...

പ്രസാധക കുറിപ്പ്

കഥ പറയാനും കേൾക്കാനുമുള്ള താല്പര്യം മനുഷ്യസഹജമാണ്. തന്നെക്കുറിച്ചും മറ്റുള്ളവരെക്കുറിച്ചും പറഞ്ഞു കൂട്ടുന്നതൊക്കെ പില്ക്കാലത്ത് കഥകളായി പരിണമിക്കുകയാണ് പതിവ്. ഇങ്ങനെ പറച്ചിലുകളാൽ നെയ്തെടുക്കുന്ന കഥക്കൂട്ടുകളിൽ ജീവിതത്തെ പ്രതിഫലിപ്പിക്കാനാവുമ്പോഴാണ് അവ സാഹിത്യമായിത്തീരുന്നത്.

കഥകൾ, ചെറുകഥകൾ, നീണ്ടകഥകൾ എന്നിങ്ങനെ ഘടനാ സ്വഭാവമനുസരിച്ച് കഥാസാഹിത്യം വ്യത്യസ്ത പേരുകളിൽ വ്യവഹരിക്കപ്പെടുന്നു. കഥകളുടെ കാൻവാസ് വിപുലപ്പെടുന്നത് നോവലുകളായും നോവല്ലെകളായും തരാതരം പോലെ ഇന്ന് സംബോധന ചെയ്യപ്പെടുന്നുണ്ട്. അക്കൂട്ടത്തിൽ അധുനാതനമാണ് കുറുങ്കഥകൾ. മിനിക്കഥയെന്നും കൊച്ചുകഥയെന്നും മൈക്രോ കഥയെന്നുമൊക്കെ പല പേരുകളിൽ അവ ആനുകാലികങ്ങളിൽ ജനപ്രിയത നേടിയിട്ടുണ്ട്.

കുറഞ്ഞ വാക്കുകളിൽ ആശയങ്ങളുടെ സമുദ്രത്തെ വായനക്കാരന്റെ മനസ്സിലേക്കെത്തിക്കാനാണ് മൈക്രോകഥകൾ പരിശ്രമിക്കുന്നത്. തിരക്കിനു തീപിടിച്ച വർത്തമാനത്തിന്റെ കഥാരൂപമെന്ന നിലയിൽ സാഹിത്യലോകത്ത് മൈക്രോകഥകൾ വേരുറപ്പിക്കുന്ന കാലം വിദൂരമല്ല.

ടി. സജിയുടെ 'രക്തസാക്ഷികൾ ഉണ്ടാകുന്നത്' എന്ന ഈ കൃതി അമൂർത്തമായ ആശയങ്ങളുടെ ശകലങ്ങൾകൊണ്ട് ജീവിതത്തെ ഒരു കൊളാഷായി അവതരിപ്പിക്കുന്നു. ആഴമേറിയ ചിന്തകളും അവയെ കൂട്ടിയിണക്കുന്ന മാനവികദർശനവും ഈ രചനകളിൽ അന്തർഭവിച്ചിരിക്കുന്നു. തികഞ്ഞ അഭിമാനത്തോടെ, ബോധി ബുക്സ് പുസ്തകം കൈരളിക്കു സമർപ്പിക്കുന്നു.

ഹരികുമാർ ഇളയിടത്ത്

മുഖമൊഴി

വർഷങ്ങൾക്ക് മുൻപ്, നിഴലുകൾക്ക് നീളംകൂടിക്കൊണ്ടിരുന്നൊരു സായാഹ്നത്തിൽ, സംഭാഷണമദ്ധ്യേ എസിവിയിലെ അജയൻ സർ (അജയൻ ആലപ്പാട്) പെട്ടെന്ന് ചോദിച്ചു: 'അച്ചടിച്ചുവന്ന കുഞ്ഞുസൃഷ്ടികളെല്ലാം കൂടിയൊരു പുസ്തകമാക്കിയാലോ? ചെറുപ്രായത്തിൽതന്നെ പുസ്തകമിറങ്ങുന്നത് വളരെ നല്ലതല്ലേ..?' മറുപടി ചെറുചിരിയിലൊതുക്കി. എങ്കിലും ചിന്തയിലന്നൊരു 'വിത്ത്'' വീണു. ഒന്നിനെയും കരവലയത്തിലൊതുക്കി നിർത്താതെ, ആരെയും കാത്തുനിൽക്കാതെ, തനതുസ്വഭാവത്തോടെ കാലം കടന്നുപോയി, ഒരുപാട്. പ്രിയപ്പെട്ടവരുടെ പുസ്തകങ്ങൾ പുറത്തിറങ്ങുമ്പോൾ ചിലർ എന്നെയും ഓർമ്മിപ്പിച്ചുകൊണ്ടേയിരുന്നു. എന്നിട്ടും, 'വിത്ത്'' വീണതിന്റെ പതിനാറാമത് വർഷത്തിലാണ് 'കുഞ്ഞൻകഥകൾ' ഈ രൂപത്തിൽ...

പ്രേരണയും പ്രചോദനവുമായ വ്യക്തിത്വങ്ങൾ, നിരന്തരം പ്രേരിപ്പിച്ചുകൊണ്ടിരുന്ന ഹരിച്ചേട്ടൻ (ബോധി ബുക്സ്), അവതാരികയെഴുതിയ പ്രമുഖ പത്രപ്രവർത്തകനും എഴുത്തുകാരനുമായ ശ്രീ. സജിൽ ശ്രീധർ, പിൻകുറിപ്പ് നൽകിയ ശ്രീമതി ഷൈനി മേരി വർഗ്ഗീസ്, ജയൻ ഭാസീസ്, ഹൃദയത്തോടൊപ്പമെന്നും ചേർത്തു നിർത്തിയവർ...

നന്ദി... ഓർമ്മയിലുണ്ടാകും എന്നും, എപ്പോഴും.

ടി. സജി

നുറുങ്ങിന്റെ ലാവണ്യം

നുറുങ്ങുകഥകൾ അഥവാ മൈക്രോ സ്റ്റോറീസ് പാശ്ചാത്യലോകത്ത് ഏറെ പ്രചുരപ്രചാരം ലഭിച്ച കലാരൂപം/ സാഹിത്യരൂപമാണ്. എന്നാൽ നിർഭാഗ്യവശാൽ മലയാളത്തിൽ ഈ ശാഖക്ക് വേണ്ടത്ര പ്രാധാന്യം ലഭിച്ചു കാണുന്നില്ല. ബൃഹദ് ആഖ്യായികകളാണ് മികവിന്റെ മാനദണ്ഡങ്ങളിൽ നമ്മുടെ മുഖ്യപരിഗണനാ വിഷയം. കാഫ്കയുടെ മെറ്റമോർഫസിസും ഹെമിംഗ്‌വെയുടെ ഓൾഡ് മാൻ ആൻഡ് ദ സീയും യസുനാരി കവാബത്തയുടെ സഹശയനവും അടക്കം വിശ്വസാഹിത്യത്തിലെ ഗിരിശൃംഗങ്ങൾ എന്ന് വിശേഷിപ്പിക്കാവുന്ന പല രചനകളും ചെറുതിന്റെ തീക്ഷ്ണസൗന്ദര്യം അഭിവ്യഞ്ജിപ്പിക്കുന്ന ഉജ്ജ്വല സൃഷ്ടികളാണ്. മലയാളത്തിൽ ഇക്കാര്യത്തിൽ ബഷീറിനേക്കാൾ വലിയ മാതൃകയില്ല. സുദീർഘ ആഖ്യാനങ്ങൾ നിർവഹിച്ച സമകാലികർപോലും വിസ്മൃതിയിലേക്ക് മറഞ്ഞിട്ടും ബഷീർ ഇന്നും സജീവചർച്ചകളിൽ നിൽക്കുന്നു. അതിനർത്ഥം ദൈർഘ്യം

സാഹിത്യസൃഷ്ടിയുടെ മൂല്യനിർണ്ണയത്തിൽ പ്രസക്ത ഘടകമല്ല എന്ന് തന്നെയാണ്. ഉള്ളടക്കത്തിന്റെ ഉൾക്കാമ്പും ആഖ്യാന-പരിചരണ രീതിയിലെ വൈവിധ്യവും തന്നെയാണ് പ്രധാനമെന്നുമുള്ള തിരിച്ചറിവാണ്. ഈ വിവേചന ശേഷി സർഗാത്മക എഴുത്തുകാരേക്കാൾ, നിരൂപകരേക്കാൾ വായനക്കാരായ മഹാഭൂരിപക്ഷത്തിനുണ്ടായി എന്നതാണ് ഇന്നും വിപണിയിൽ സജീവമായി നിൽക്കുന്ന ബഷീർ പതിപ്പുകളുടെ വിജയത്തിന് ആധാരം.

ചെറുകഥകളുടെ കാര്യത്തിലും സ്ഥിതി മറ്റൊന്നാണ്. കഥ എന്ന ശാഖക്ക് വേണമെന്ന് സ്വയം നിഷ്കർഷിക്കുന്ന ദൈർഘ്യത്തിന്റെ പരിധിയിൽ ഒതുങ്ങി നിന്ന് കഥ പറയാനാണ് നവോത്ഥാന സാഹിത്യകാരന്മാർ മുതൽ ആധുനികരും ഉത്തരാധുനികരും പെണ്ണെഴുത്തുകാരും അടങ്ങുന്ന വ്യവസ്ഥാപിത സാഹിത്യസമൂഹത്തിന് താത്പര്യം.

ഇതിനിടയിൽ മിനിക്കഥ എന്ന ലേബലിൽ രൂപപ്പെട്ട ചില സൃഷ്ടികൾ ജനപ്രിയ വാരികകളിൽ ഒതുങ്ങിപ്പോവുകയും അതിന്റെ ഉപരിപ്ലവസ്വഭാവം മൂലം ഗൗരവപൂർണ്ണമായ പരിഗണനയ്ക്ക് വിഷയീഭവിച്ചതുമില്ല. ദുഃഖകരമായ ഈ പരിതോവസ്ഥയിലാണ് പി.കെ. പാറക്കടവ് രംഗത്ത് എത്തുന്നത്. പൂർവമാതൃകകളില്ലാത്ത ഒരു സാഹിത്യസമീപനമാണെന്ന ഉത്തമ ബോധ്യത്തോടുകൂടി അദ്ദേഹം കാച്ചിക്കുറുക്കിയ നറുങ്ങുകഥകളിലൂടെ ഒരു വിപ്ലവം തന്നെ സൃഷ്ടിച്ചു.

ദൈർഘ്യത്തിന്റെ പിൻബലമില്ലാതെ തന്നെ കാതലായ ആശയങ്ങൾ അനുവാചകനുമായി ഫലപ്രദമായി സംവദിക്കാൻ കഴിയുമെന്ന് അദ്ദേഹം തെളിയിച്ചു. ഈ ജനുസിൽപെട്ട രചനകൾക്ക് മിന്നൽക്കഥകൾ എന്നൊരു ശീർഷകം അഥവാ വർഗീകരണം തന്നെ സൃഷ്ടിച്ചു.

അങ്ങനെ മലയാള കഥയിൽ ചെറിയ കഥകളുടെ സൂക്ഷ്മമായ ആവിഷ്കാരത്തിലൂടെ ദൈർഘ്യത്തിന്റെ അതിരുകൾ കടന്ന് മികച്ച രചനകൾ സൃഷ്ടിക്കാമെന്ന് പാറക്കടവ് കാണിച്ചുതന്നു. എന്നാൽ ഭാഗ്യവശാലോ നിർഭാഗ്യവശാലോ അദ്ദേഹത്തിന്റെ വഴി പിൻപറ്റി അധികമാരെയും കണ്ടില്ല. ഒറ്റപ്പെട്ട ചില അനുയായികൾക്ക് ആവട്ടെ ഗൗരവപൂർണ്ണമായ ഒരു സാന്നിദ്ധ്യം സൃഷ്ടിക്കാൻ കഴിഞ്ഞതുമില്ല.

ഈ സന്നിദ്ധഘട്ടത്തിലാണ് 'രക്തസാക്ഷികൾ ഉണ്ടാകുന്നത്'' എന്ന മൈക്രോകഥകളുടെ സമാഹാരവുമായി ടി.സജി രംഗത്ത് എത്തുന്നത്.

കതിർക്കനമുള്ള രചനകൾ എന്ന് പറയാനാവില്ലെങ്കിലും ചെറുതിന്റെ കരുത്തും സൗന്ദര്യവും ആവാഹിക്കുന്ന നിരവധി രചനകൾ അദ്ദേഹത്തിന്റെ കഥാപ്രപഞ്ചത്തിലുണ്ട്.

'അപരിചിതരുടെ ലോകം' എന്ന കഥയിലൂടെ സജി പറയാൻ ശ്രമിക്കുന്നത് പലരും പലകുറി പറഞ്ഞ് പഴകിയ പ്രമേയം തന്നെയാണ്. ആഖ്യാനത്തിനായി അവർ നിരവധി പേജുകളെ ആശ്രയിച്ചപ്പോൾ ഒരു പാരഗ്രാഫിൽ ഒതുങ്ങുന്ന ഏതാനും വരികളിലൂടെ സഫലമായും അനായാസമായും സജി അത് സ്ഥാപിക്കുന്നു. കഥാകൃത്ത് ലക്ഷ്യവേദിയാക്കുന്ന പ്രമേയം അതിന്റെ എല്ലാ ശക്തിയോടും അനുവാചകന്റെ ഉള്ളിൽ തറയ്ക്കുന്നു.

സ്വന്തം ജീവിതപങ്കാളികളെ വഞ്ചിച്ചുകൊണ്ട് അഗമ്യഗമനം നടത്തുന്ന ഒരു സ്ത്രീയുടെയും പുരുഷന്റെയും കഥയാണ് ഇതിവൃത്തം. അയൽക്കാരായ അവർ സമൂഹത്തിനും സ്വന്തം കുടുംബത്തിനും മുന്നിൽ അപരിചിതരായി ഭാവിക്കുന്നു. അതേസമയം അതീവ ഗോപ്യമായി വഴിവിട്ട ബന്ധം തുടരുകയും ചെയ്യുന്നു. ഈ വൈരുദ്ധ്യത്തെ ഏറ്റവും കുറഞ്ഞ വാക്കുകളിൽ

ഫലപ്രദമായി അവതരിപ്പിക്കാൻ കഴിയുന്നിടത്താണ് സജിയുടെ കഥനകലയുടെ മിടുക്ക്.

'ക്ഷണികം' എന്ന ശീർഷകത്തിലുള്ള കഥ സാർവജനീനമായ ഒരു അവസ്ഥാവിശേഷത്തെ അഭിവ്യഞ്ജിപ്പിക്കുന്ന രചനയാണ്.

ഒരു പുൽക്കൊടിയും മഞ്ഞുതുള്ളിയും തമ്മിലുള്ള സ്നേഹവും പാരസ്പര്യവുമാണ് ഇതിന്റെ ബാഹ്യമായ ഇതിവൃത്തം. എന്നാൽ ഒരു അനിവാര്യത പോലെ ക്ഷണികമായ ബന്ധത്തിന്റെ ആയുസ് അവസാനിപ്പിച്ച് മഞ്ഞുതുള്ളി പുൽക്കൊടിയിൽ നിന്ന് ഊർന്ന് താഴേക്ക് നിപതിച്ചു.

എല്ലാത്തരം സ്നേഹബന്ധങ്ങളും നിയതിയുടെ/പ്രകൃതിയുടെ സവിശേഷതകൊണ്ട് ക്ഷണികമാണെന്ന് ആനുഷികംഗമായി ധ്വനിപ്പിക്കാൻ ഈ കഥയ്ക്ക് കഴിയുന്നു. പ്രത്യക്ഷത്തിൽ പുൽക്കൊടിയുടെയും മഞ്ഞുതുള്ളിയുടെയും കഥയാണ് പറയുന്നതെങ്കിലും മനുഷ്യജീവിതവും മനുഷ്യാവസ്ഥയുമായി ചേർത്ത് വച്ച് വായിക്കുന്നിടത്ത് ഈ കഥ സമുന്നതമായ വിതാനങ്ങളിലേക്ക് വളരുന്നു.

ഏതൊരു കഥയുടെയും രാഷ്ട്രീയം വിശകലനം ചെയ്യപ്പെടുന്ന സമകാലിക സാഹിത്യാന്തരീക്ഷത്തിൽ 'നേതാവ്' എന്ന ആറുവരിക്കഥ അതീവശ്രദ്ധേയമായി തോന്നി.

സ്വന്തം ആദർശങ്ങളിലും ദർശനങ്ങളിലും ഉറച്ചു നിന്ന് പ്രവർത്തിക്കുന്നവനാവണം നേതാവ്. എന്നാൽ സാഹചര്യാനുസരണം മാറിമറിഞ്ഞ് പ്രവർത്തിക്കുന്നവരാണ് അവരിൽ ഏറിയപങ്കും. അങ്ങനെ വിശ്വാസമർപ്പിക്കുന്ന ജനതയെ വഞ്ചിക്കുന്ന ഒരു വിഭാഗത്തെ അന്ധമായി പിൻതുടരുന്ന ജനസമൂഹം എന്നും ഒരു ശാപമായി നിലകൊള്ളുന്നു. നേതാവ് പറയുന്ന ഏത് പോഴത്തരത്തിനും കൈയടിക്കുന്ന, ചിന്താശേഷി നഷ്ടപ്പെട്ട/സ്വന്തം രാഷ്ട്രീയവിശ്വാസത്തിന്റെ

തടവുകാരായ ഒരു വിഭാഗത്തിന്റെ പൊള്ളത്തരമാണ് കഥയുടെ ധ്വനി.

'അഭിപ്രായം ഇരുമ്പുലക്കയല്ല' എന്ന് നേതാവ് മൈക്കിലൂടെ പറയുമ്പോഴും അവർ അതിലെ ചതി തിരിച്ചറിയാതെ കയ്യടിക്കുകയാണ്.

ഈ തരത്തിൽ ചിന്തോപദ്ദീപകവും ജീവിതത്തെ സംബന്ധിച്ച് പ്രത്യഭിജ്ഞാമായ ഉൾക്കാഴ്ചകൾ ഉണർത്താൻ പര്യാപ്തവുമായ രചനകളാണ് സജിയുടേത്. അതുകൊണ്ട് തന്നെ കേവല വായനാനുഭവത്തിനപ്പുറം ആസ്വാദകന്റെ അവബോധതലത്തിൽ പുതിയ അടയാളങ്ങൾ ബാക്കി വയ്ക്കാൻ ഇദ്ദേഹത്തിന്റെ രചനകൾക്ക് കഴിയുന്നുവെന്ന് നിസംശയം പറയാം.

ഈ നുറുങ്ങുകഥകൾ തീർച്ചയായും അതിന്റെ ഉൾക്കനം കൊണ്ട് വലിയ കഥകളായി തന്നെ പരിണമിക്കുന്നത് ഓരോ വായനക്കാരനും തിരിച്ചറിയാൻ സാധിക്കും.

അങ്ങേയറ്റം സന്തോഷത്തോടെ, അഭിമാനത്തോടെ ഈ കഥകൾ സഹൃദയസമക്ഷം സമർപ്പിക്കുന്നു.

സജിൽ ശ്രീധർ

കോട്ടയം,
1196 കുംഭം 1

ഞാൻ മാത്രം

● വിരസമായ ഒരു പകലിന്റെയവസാനം. ഏതോ നിഗൂഢതയിൽനിന്നും മറ്റൊരു നിഗൂഢതയിലേക്ക് ഇരുൾ തന്റെ യാത്രയാരംഭിച്ചിരിക്കുന്നു. വിട്ടകലാൻ മടിക്കുന്ന രേണുക്കളുടെ വിഷാദഭാവം. തണുത്തകാറ്റിന്റെ അലസമായ ചലനം..

ഇവിടെ ഓർമ്മകളുടെ താളംതെറ്റുകയാണ്. അപ്രതീക്ഷിതമായി പടികടന്നെത്തിയ കിനാവുകൾ വാരിവിതറിയത് ജീവന്റെ നറുപുഷ്പങ്ങൾ... മോഹത്തിന്റെ കരവിരുതൊരുക്കിയ ചാരുതയിൽ എല്ലാം മറന്ന നിമിഷങ്ങൾ...

ഈ പ്രവാഹം എന്നന്നേയ്ക്കുമെന്ന് നിനച്ചു. അനന്തതയിലും ഒപ്പമുണ്ടാകുമെന്നും കരുതി. ആനന്ദത്തിന്റെ ഋതുക്കളെ ലാളിച്ചു.

പക്ഷേ, താളങ്ങൾമറന്ന് അരങ്ങിലെത്തിയ ജന്മത്തെ വരവേറ്റത് കാർമേഘപടലങ്ങൾ. മൂടിപ്പൊതിഞ്ഞ കനവിന്റെ കമ്പളം പതുക്കെ മാറ്റിയപ്പോൾ, തെളിഞ്ഞത് അവ്യക്തമായ രൂപരേഖകൾ... അശാന്തിയുടെ ജീവൽച്ചിത്രങ്ങൾ... അനാദിമുതൽ

ആർപ്പും കുരവയുമൊന്നുമില്ലാതെ, കാലത്തിന്റെ കല്പ്പനയും പേറി കടന്നെത്തുന്ന സമസ്യകളുടെ ദൂതന്മാർ...

ജന്മഗേഹങ്ങളിൽ വെറുമൊരു കാഴ്ചക്കാരനായി നിന്നു. ജാലക വാതിലുകൾ പലപ്പോഴും പതുക്കെ തുറക്കുന്നതും അടയുന്നതും മനസ്സിലായിട്ടും, സന്തോഷത്തിന്റെ ഒരല്പവെളിച്ചം പ്രതീക്ഷിച്ച നിസ്സഹായതയോടെ, നിശ്ചലനായി നിന്നതിതെത്രകാലം..? കണക്കുകൂട്ടാനാവുന്നില്ല.. പിഴച്ചുപോകുന്ന കണക്കുകൂട്ടലുക ൾക്കുള്ളിൽക്കിടന്ന് വിങ്ങുന്ന ഭാവനയുടെ വിലപ്പെട്ട വർണ്ണ മൊട്ടുകൾ...

നിഴലിന്റെ നീളംകൂടിക്കൂടിവന്നു. പിന്നെയത് ഇരുട്ടിന് വഴിമാറിക്കൊടുത്തു. നിഴലുമകന്നുപോയ, ഏകാന്തതയുടെ നിമിഷങ്ങളിൽ, ഈ കൂരിരുളിൽ ഇപ്പോൾ ഞാൻ മാത്രം...

ക്വട്ടേഷൻ

● വളരെ വൈകിക്കിട്ടിയ കോളാണ്. രൊക്കം പണവും കിട്ടി. ഇനി അധിക താമസമില്ല.

ചില 'സ്കെച്ചിംഗുകൾ' എന്തെളുപ്പമാണ്...!

റെയിൽവേ സ്റ്റേഷനുപിന്നിലെ ഇടവഴിയിൽ അവൻ പതുങ്ങി നിന്നു. അമർത്തിപ്പിടിച്ച കത്തി ദേഹത്തോടു ചേർത്തുവച്ചു. ഇരുട്ടിന് കട്ടികൂടിക്കൂടിവന്നു.

പെട്ടെന്ന് മൊബൈൽ ചിലച്ചു, ശബ്ദമില്ലാതെ.

അതൊരു സൂചനയായിരുന്നു.

മുന്നിലേക്കെത്തിയ ആൾരൂപത്തിനുനേരെ അവൻ നടന്നടുത്തു. കൊടുങ്കാറ്റിനേക്കാൾ വേഗത്തിൽ കൈകൾ ചലിച്ചു.

നിശബ്ദതയിൽനിന്നും നിലവിളിയൊച്ച ഉയർന്നുപൊങ്ങി. കത്തിവലിച്ചൂരാൻപോലും മിനക്കെടാതെ അവൻ ഇരുളിൽ മറഞ്ഞു.

പിറ്റേന്ന് ഉച്ചതിരിഞ്ഞാണ് അവൻ വീട്ടിലേക്ക് ചെന്നത്.

ദൂരെനിന്നേകണ്ടു, വീടിനുമുന്നിലെ ആൾക്കൂട്ടം...

കണ്ണുകളിൽ ഭീതിയുടെ നിഴലാട്ടം.

തന്നെത്തേടി പോലീസ് എത്തിയതാകുമോ? അവൻ മറപറ്റി.

തലേന്ന്,

റെയിൽവേ സ്റ്റേഷനുപിന്നിൽവച്ച് ഏതോ അജ്ഞാതന്റെ കുത്തേറ്റുമരിച്ച ഗൃഹനാഥന്റെ ശരീരവുമായി, ആംബുലൻസ് അവന്റെ വീട്ടുമുറ്റത്തേക്ക് ചെന്നുനിന്നു.

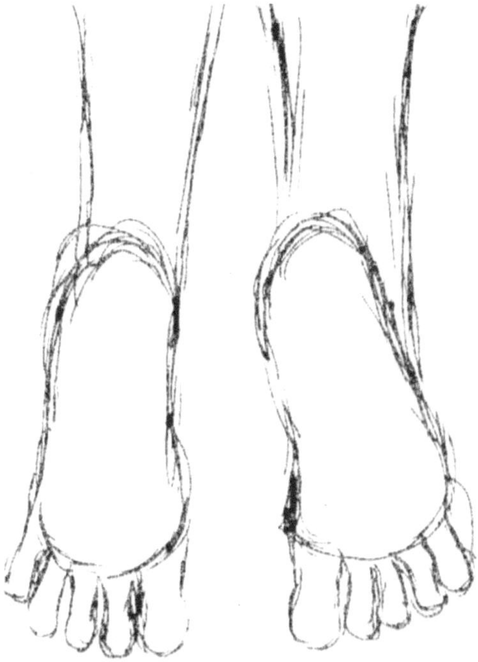

പിന്തുടർച്ചക്കാരൻ

● തൂക്കുകയറിൻ കീഴിലേക്ക് അവൻ ആനയിക്കപ്പെട്ടു.

ബന്ധനം ഉറപ്പാക്കിയശേഷം ഭടൻമാർ ഇരുവശങ്ങളിലുമായി നിലയുറപ്പിച്ചു.

ആജ്ഞയ്ക്കായി ആൾക്കൂട്ടം ചെവിപാർത്തു.

അധികാരിയുടെ ശബ്ദം മുഴങ്ങി.

"നിനക്ക് അവസാനമായി എന്താഗ്രഹമാണുള്ളത്?
നിന്റെ ജീവൻ തിരികെത്തരാൻ നിനക്കെന്നോട്
ആവശ്യപ്പെടാം..."

ഒരു നിമിഷംപോലും ആലോചിക്കാതെ

അവൻ ആവശ്യപ്പെട്ടു....

"തരുമോ....എങ്കിൽ തരൂ... എനിക്കുമുൻപേ ഇതേ
തൂക്കുമരത്തിലാടിയ എണ്ണമറ്റവരുടെ ജീവൻ....തരൂ...
അതുമാത്രം... മതിയെനിക്ക്...!!

അധികാരത്തിന്റെ കണ്ണുകളിൽ തീ കത്തി.
വാക്കുകൾ ഗർജ്ജനങ്ങളായി.

അപ്പോഴും അവൻ പുഞ്ചിരിക്കുകമാത്രം ചെയ്തു.

അങ്ങനെ;

തന്റെ മുൻഗാമികൾക്കൊപ്പം അവനും യാത്രയായി;
മരണത്തിലൂടെ മഹത്വത്തിലേക്ക്...

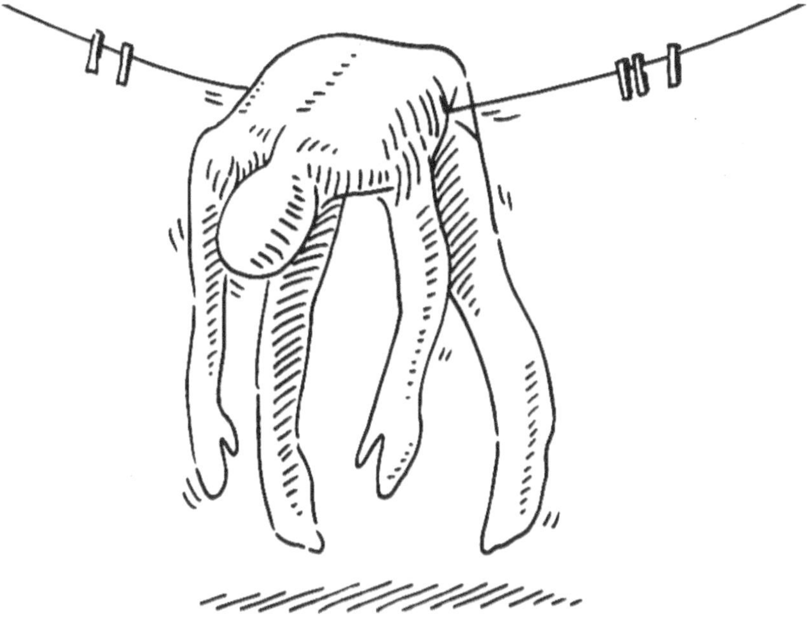

ബലിദാനം

- മലമുകളിലൊരുക്കിയ ബലിപീഠത്തിലേക്ക് തന്റെ മകനൊപ്പം നടന്നുനീങ്ങുമ്പോൾ അയാളിൽ ദുഃഖത്തിന്റെ ഒരു ചെറുകണി കപോലും ഇല്ലായിരുന്നു.

  ദൈവത്തിലുള്ള വിശ്വാസം അത്രയ്ക്ക് ആഴമേറിയതായിരുന്നു.

  എന്നാലും തന്റെ മകനെ ബന്ധസ്ഥനാക്കി പീഠത്തിൽ കിട ത്തുമ്പോഴേക്കും അയാളുടെ ഹൃദയമിടിപ്പ് നിയന്ത്രണാധീത മായി ഉയർന്നിരുന്നു.

  നീളമേറിയ കത്തി മകന്റെ കഴുത്തിൽചേർത്തുവച്ച് നിറകണ്ണു കളോടെ അയാൾ ദൈവത്തോട് മനമുരുകി പ്രാർത്ഥിച്ചു.

  ദൈവമെത്തി തന്നെ അനുഗ്രഹിക്കുമെന്നും, മകനെ രക്ഷിക്കു മെന്നും അയാൾ വിശ്വസിച്ചു.

  പക്ഷേ, ദൈവത്തേക്കാൾ മുൻപ്, അയാളെ അനുഗമിച്ചെത്തി യത് അധിനിവേശത്തിന്റെ അധികാരശക്തികളായിരുന്നു.

അവർക്കുപിന്നാലെ വർഗ്ഗാധിപത്യത്തിന്റെ കാവലാളന്മാരും.

നഷ്ടപ്പെടാൻ പോകുന്ന ഒരു ജീവന്റെ അവകാശപോരാട്ടത്തിൽ അവർ മുന്നേറുമ്പോൾ....

മകന്റെ രക്ഷമാത്രം മുന്നിൽക്കണ്ട്, ആ പിതാവിന്റെ കൈ ഉയർന്നതാണ്.

പാതിയായ ഒരു നിലവിളി, അരികിലെവിടെയോ ഒളിഞ്ഞിരുന്ന ദൈവം മാത്രം കേട്ടു.

അപരിചിതരുടെ ലോകം

- ഭോഗാലസ്യത്തിൽ മിഴികളടച്ചുകിടന്ന അവളെ കുലുക്കിവിളിച്ച് അവൻ പറഞ്ഞു.

"പ്രിയേ, എഴുന്നേറ്റു റെഡിയാകൂ... ഇപ്പോൾത്തന്നെ സമയമൊരുപാടായി..."

"എന്താ ഇന്ന് പോകാനിത്ര ധൃതി"

അവൾ കുസൃതിച്ചിരിയോടെ ചോദിച്ചു.

"രമ വീട്ടിലെത്തിക്കാണും... കുട്ടികൾക്കാണെങ്കിൽ പരീക്ഷ... നേരത്തെയെത്താമെന്നവൾക്ക് വാക്കുകൊടുത്തതാണ്..."

"ഓ! ഇപ്പോഴാണോർത്തത്... ഇന്ന് വെള്ളിയാഴ്ചയല്ലേ... ഗൾഫീന്ന് ഹരിയേട്ടനും വിളിക്കും... നമുക്ക് പിരിയാം..."

"ഓക്കേ നെക്സ്റ്റ്...?"

"ഓൺ മൺഡേ..."

അവൾ കുലുങ്ങിച്ചിരിച്ചു..

ലോഡ്ജിനുപുറത്തിറങ്ങിയ അവർ ഇരുവഴികളിലേക്ക് നടന്നകന്നു.

ഒരു മതിലിനിരുവശവും താമസിക്കുന്ന നല്ല അയൽക്കാരാണെങ്കിലും ഇപ്പോൾ മുതൽ അവർ അപരിചിതരാണ്.

ക്ഷണികം

"കുറച്ചു സമയംകൊണ്ട് ഞാൻ നിന്നെ ഒരുപാടിഷ്ടപ്പെട്ടു പോയീ.."

മഞ്ഞുതുള്ളി ആഹ്ലാദത്തോടെ മൊഴിഞ്ഞു.

മഞ്ഞുതുള്ളിയുടെ ഭാരത്താൽ വളഞ്ഞുപോയ ദേഹം നിവർത്താൻ ആയാസപ്പെടുന്നതിനിടയിൽ, അതിവിഷാദത്തോടെ പുൽക്കൊടിയും പ്രതിവചിച്ചു:

"ഞാനും... നിന്നെ..."

ആശ്ലേഷചുംബനങ്ങളാൽ അവർ സ്വയംമറന്നു, സമയം മറന്നു.

പക്ഷേ,

കൂടുതൽ അടുത്തറിയും മുൻപ്, മനസ്സുകൾ കൈമാറും മുൻപ്, കണ്ടുകൊതിതീരും മുൻപ്,

ഞെട്ടറ്റ മഞ്ഞുതുള്ളി പുൽക്കൊടിത്തുമ്പിൽ നിന്നടർന്ന് താഴേക്ക് പതിച്ചു.

നേതാവ്

● വേദികളും മാദ്ധ്യമങ്ങളും മാറുന്നതിനനുസരിച്ച് തന്റെ വാക്കുകളും ആദർശങ്ങളും സ്ഥിരമായി മാറ്റിക്കൊണ്ടിരുന്ന പ്രമുഖ രാഷ്ട്രീയ നേതാവ് ഒരു വേദിയിൽവച്ച് ഇപ്രകാരം പ്രഖ്യാപിച്ചു.

"അഭിപ്രായം ഇരുമ്പുലക്കയല്ല..."

കേൾക്കേണ്ട താമസം,

അനുയായിവൃന്ദം കൈയ്യടിച്ച് ഹർഷാരവം മുഴക്കി.

പതനം

● തന്റെ വാക്കുകൾക്ക് പ്രസക്തി നഷ്ടപ്പെട്ടുവെന്ന വസ്തുത മനസ്സിലാക്കിയ ആ സാംസ്കാരിക നായകൻ, നിലനിൽപ്പിനേക്കുറിച്ച് ആലോചിച്ചു തലപുകച്ചു.

പിറ്റേദിവസം അയാളുടെ ഗേറ്റിനുസമീപം വലിയ ഒരു ബോർഡ് പ്രത്യക്ഷപ്പെട്ടു.

അതിങ്ങനെയായിരുന്നു,

"നാവ് വാടകയ്ക്ക് കൊടുക്കപ്പെടും..."

ശത്രുസംഹാരം

- ഇരിക്കുന്ന കൊമ്പ് മുറിക്കരുതെന്നാണ് പ്രമാണം.
എങ്കിലും ഞാൻ തീരുമാനിച്ചു.

ഇരിക്കുന്ന കൊമ്പ് മുറിച്ചേ പറ്റൂ...

കാരണം;

ഈ മരത്തിന്റെ ചുവട്ടിൽ ഇപ്പോൾ നില്ക്കുന്നവൻ
എന്റെ ആജന്മശത്രുവാണ്.

വിപ്ലവം

- നാശങ്ങൾ...

വർഗ്ഗസ്നേഹമില്ലാത്തവർ...

ബക്കറ്റുമായി പിരിവിനു ചെല്ലുമ്പോൾ
അടുപ്പിലെ ശൂന്യതയിലേക്ക്
വിരൽച്ചൂണ്ടുന്നവർ...

സത്യം വദ

- രാജാവ് നഗ്നനാണെന്ന് ഉറക്കെ വിളിച്ചുപറഞ്ഞ ആ കുട്ടിയെ രാജാവ് ശിക്ഷിച്ചതായി ചരിത്രം രേഖപ്പെടുത്തിയിട്ടേയില്ല.

അർദ്ധനഗ്നനെന്ന് തന്നെ വിളിച്ച മനുഷ്യനെ നോക്കി പുഞ്ചിരിക്കുകയല്ലാതെ ആ മഹാത്മാവ് മറ്റൊന്നും ചെയ്തില്ല.

പക്ഷേ, ഇന്നത്തെ രാജാക്കന്മാർ നഗ്നരാണെന്ന് വിളിച്ചുപറയാൻ ആരാണ് ധൈര്യപ്പെടുക?

അറിയാതെയെങ്ങാനും പറഞ്ഞുപോയാൽ?

നാളത്തെ സൂര്യോദയം അന്യമാണെന്ന് ആർക്കാണ് അറിഞ്ഞുകൂടാത്തത്..!

പുനർജ്ജനി

തലേദിവസം എത്തിച്ചേർന്ന നവാതിഥികളെ വിസ്താരം ചെയ്യുന്നതിനായി ദൈവം എത്തിച്ചേരുന്നതുംകാത്ത് ക്യൂവിലിരുന്നവർ അക്ഷമരായി പിറുപിറുക്കുവാൻ തുടങ്ങിയിരുന്നു.

അപ്പോൾ, കമനീയമായി അലങ്കരിച്ച ഉയരത്തിലുള്ള തന്റെ സിംഹാസനത്തിൽ തനതുപ്രൗഢിയോടെ ദൈവം ആസനസ്ഥനായി. നീണ്ടക്യൂവിലേക്ക് നോക്കി ഗഹനമായ ഒരു വീക്ഷണം നടത്തി, ഭൃത്യന്മാർക്ക് കണ്ണുകളാൽ ആജ്ഞനല്കി. ഇരുവശത്തുംനിന്നിരുന്ന ഭൃത്യന്മാർ താണുവണങ്ങിയശേഷം വിസ്തരിക്കാനുള്ളവരുടെ പേര് വിളിക്കുവാനാരംഭിച്ചു.

ആദ്യത്തെ പേരുകാരൻ ദുഃഖത്തോടെ തലതാഴ്ത്തി ദൈവത്തിനു മുമ്പിലെത്തിനിന്നു. പുസ്തകം തുറന്ന് അയാളുടെ തെറ്റുകുറ്റങ്ങൾ ഭൃത്യന്മാരുറക്കെ വായിച്ചു. അവസാനം വിധി പറയുമ്പോഴേക്കും അയാൾ നിലംപതിച്ചിരുന്നു. തുടർന്നു

വന്നവരുടെ അനുഭവവും വ്യത്യസ്തമല്ലായിരുന്നു.

ഒരാൾമാത്രം ഉറക്കെ ചിരിച്ചുകൊണ്ടാണ് ദൈവത്തിന്റെ അരികിലേക്ക് നടന്നുവന്നത്. ഭൃത്യന്മാർ വായിച്ച ഓരോന്നും തലയാട്ടിസമ്മതിച്ച് അയാൾ പൊട്ടിച്ചിരിച്ചു. ദൈവത്തിന് അത്ഭുതമായി. 'ഇങ്ങനെയും മനുഷ്യരോ?'. അതുംഅന്ത്യവിധി കേൾക്കുമ്പോൾ... വിധി പറയാൻ ദൈവം മടിച്ചപ്പോൾ അയാൾ ആവുന്നത്ര ശബ്ദത്തിൽ അലറി. ദൈവത്തിന്റെ വ്യവസ്ഥിതികളെ ചോദ്യം ചെയ്തു. ദൈവത്തിന്റെ ജന്മിത്വത്തെയും ഭൃത്യന്മാരുടെ അടിമത്തത്തെയും കളിയാക്കി. ഭൃത്യന്മാരുടെ കൈവശമിരുന്ന പുസ്തകം വാങ്ങിദൂരെയെറിഞ്ഞു.

അവസാനം ദൈവത്തിന് അദ്ദേഹത്തെ ഭൂമിയിലേക്കുതന്നെ മടക്കി അയയ്ക്കേണ്ടിവന്നു.

അങ്ങനെ ആ മനുഷ്യൻ ഒരു നിഷേധിയായിത്തന്നെ ഭൂമിയിൽ പുനർജ്ജനിച്ചു.

സാക്ഷാത്കാരം

● ജീവിത സായാഹ്നത്തിന്റെ ഇരുണ്ട ഏകാന്തതയിൽ, വിണ്ടു കീറിയ ചുവരുകൾക്കുള്ളിൽ അയാൾ ദിനങ്ങൾ തള്ളിനീക്കി.

വിദേശത്ത് സ്ഥിരതാമസമാക്കിയ മക്കളേക്കാൾ ഉറുമ്പുകളെയായിരുന്നു അയാൾ സ്നേഹിച്ചിരുന്നത്.

ഓരോ ദിനം കഴിയുന്തോറും തന്നെ തേടിയെത്തുന്ന ഉറുമ്പുകളെ അതിഥികളെയെന്നപോലെ സ്വീകരിച്ച് കരുതിവച്ചിരുന്ന പലഹാരങ്ങൾ നല്കുക പതിവായിരുന്നു.

തന്റെ വീട് ഉറുമ്പുകളുടെ ഒരു വലിയ കൊട്ടാരമാകുന്നത് അയാൾ സ്വപ്നം കണ്ടു.

പക്ഷേ, നിനച്ചിരിക്കാതെ ഒരു ദിവസം അയാളെത്തേടി അസംഖ്യം ഉറുമ്പുകൾ നിരനിരയായി വന്നതും ചുറ്റും അണിനിരന്നതും അയാൾ മാത്രം അറിയുകയുണ്ടായില്ല...!

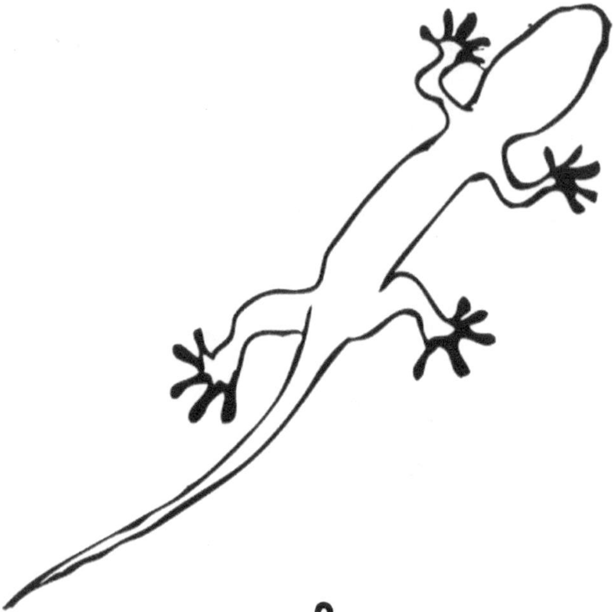

വർഷാന്ത്യം

● കലണ്ടറിന്റെ നരച്ച താളുകൾക്കിടയിൽക്കൂടി പല്ലി സാവധാനം ചലിച്ചു.

ജൂൺ, ജൂലൈ, ആഗസ്റ്റ്, സെപ്തംബർ......

ആവർത്തനങ്ങളുടെ വലക്കണ്ണികൾക്കുള്ളിൽ തടവറയിലെന്ന പോലെ ചുവപ്പും കറുപ്പും!

വീതിച്ചെടുത്ത നിറങ്ങളിൽ ഒട്ടും താല്പര്യമില്ലാത്തതിനാൽ പല്ലിക്ക് വിരക്തി തോന്നി.

അറ്റുപോയ ഡിസംബറിന്റെ താളുമായി പെട്ടെന്ന് പല്ലി താഴേക്കു പതിച്ചു.

ഉറങ്ങിക്കിടന്ന ഗൃഹനാഥ ചാടിയെഴുന്നേറ്റു. പല്ലിയെ ഇഞ്ചിഞ്ചായി ചതച്ചുദൂരെയെറിഞ്ഞു.

പിന്നെ,

അറ്റുവീണ താളുമായി അടുക്കളയിലേക്ക് നടന്നു.

വീര്യഭക്തി

● തിറയാടി കോമരമുറഞ്ഞുതുള്ളി.

കാണികൾ ഭയഭക്തിയോടെ ആർപ്പുവിളിച്ചു.

മേളവാദ്യങ്ങൾക്കൊത്ത് തുള്ളിക്കളിച്ചവശനായി കോമരം നിലം പതിച്ചു. കരിക്കുംവെള്ളവും പുണ്യാഹവുമൊക്കെ തളിച്ചു നോക്കി.

ആളിന് അനക്കമില്ല.

അവസാനം ഏതോ വിരുതന് ബുദ്ധിയുദിച്ചു.

പെട്ടെന്ന് സംഘടിപ്പിച്ചുകൊണ്ടുവന്ന 'വീര്യം' അയാളുടെ വായിലേക്ക് കമിഴ്ത്തി.

ഒരു നിമിഷം!

കോമരം ചാടിയെഴുന്നേറ്റു. വിരുതനെ കെട്ടിപ്പുണർന്നു.

ഭക്തിയുടെ ശതകോടി പാരമ്യതയിൽ നിന്ന ഭക്തർക്ക് ഒന്നും മനസ്സിലായില്ല. അവർ കോമരത്തിന്റെ വീരചെയ്തികളെക്കുറിച്ച് ആരാധനയോടെ സംസാരിച്ചുകൊണ്ടിരുന്നു.

വെറുതെ

ഞങ്ങൾ വെറും സ്നേഹിതരല്ലായിരുന്നു.

പക്ഷേ, ഞങ്ങൾ പരസ്പരം സ്നേഹിച്ചു, ഒരു ശക്തിയ്ക്കും
വേർപിരിക്കാനാവാത്ത വിധത്തിൽ.

സ്നേഹത്തിന്റെ അഗാധതയിലേക്ക്
അവളെ ക്ഷണിച്ചതും ഞാൻ തന്നെയായിരുന്നു.

ഒപ്പം വരാനവൾക്ക് കഴിയില്ലെന്ന്
എനിക്കറിയാമായിരുന്നു...

എന്നിട്ടും-

ഒരു മരക്കൊമ്പിൽ...

മഞ്ഞുപെയ്യുകൊണ്ടിരുന്ന ഒരർദ്ധരാത്രിയിൽ...

ഞാനെന്തിനു...

വെറുതേ...

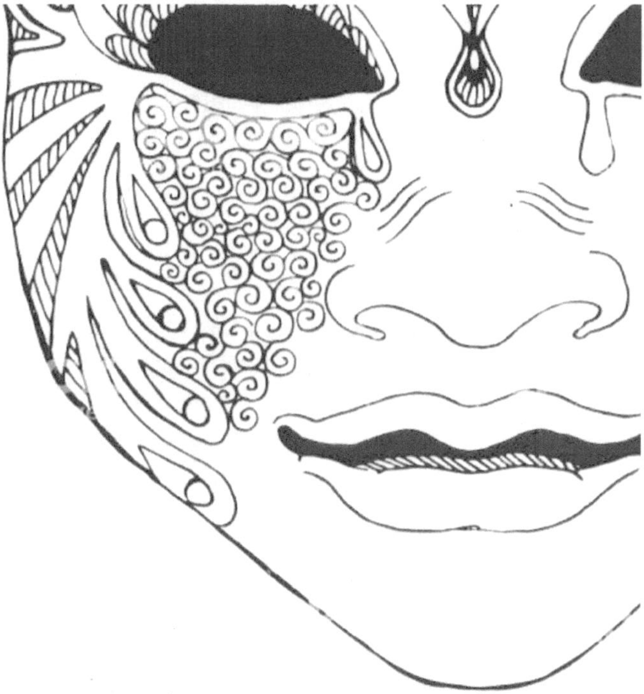

രക്തസാക്ഷികൾ ഉണ്ടാകുന്നത്

● അതൊരു ത്രികോണമത്സരമായിരുന്നു.

സ്ഥാനാർത്ഥികൾ ഞാനും രാധാകൃഷ്ണനും ജോൺ വർഗ്ഗീസും. ഞങ്ങൾ മൂന്നുപേരും പ്രബലരും, ഓരോ സമുദായങ്ങളുടെ പിന്തുണയുള്ളവരും.

ആരുജയിക്കും എന്നുറപ്പിക്കാൻ കഴിയാത്ത അവസ്ഥയായിരുന്നു തുടക്കംമുതൽ. വിപ്ലവത്തിൽ കുരുത്ത വിത്തുകളായതു കാരണം ഞങ്ങൾക്ക് വിജയം നേടിയേതീരൂ എന്നത് വെറും വാശിമാത്രമല്ലായിരുന്നു.

പാർട്ടി ഘടകങ്ങൾ സജ്ജമാക്കി, ചർച്ചാക്ലാസ്സുകളും, കുടുംബയോഗങ്ങളും നടത്തി. പക്ഷേ, കേവലഭൂരിപക്ഷം പോലും നിർണ്ണയിക്കാൻകഴിഞ്ഞില്ല.

ഞങ്ങൾ വീണ്ടും ഒത്തുകൂടി. തെരഞ്ഞെടുപ്പിന് ഇനി വെറും മൂന്ന് ദിനങ്ങൾ മാത്രം.

മദ്യത്തിന്റെയും പുകയുടെയും മദ്ധ്യത്തിൽ ഞങ്ങളുടെ ചിന്തകൾ പുകഞ്ഞു... അഭിപ്രായങ്ങൾ തികട്ടി... ആശയങ്ങൾ പൊന്തി വന്നു... നിരാശയുടെ അടിത്തട്ടിലെത്തിയ നിമിഷത്തിലാണ് എങ്ങുനിന്നോ ഒരാശയം എന്റെ മനസ്സിലുദിച്ചത്.

"ഒരു രക്തസാക്ഷിയെ സൃഷ്ടിക്കുക..."

വരൾച്ച ബാധിച്ച വാക്കുകളും, ലഹരിയാൽ കുമ്പിപ്പോയ ശിരസ്സുമായി മറ്റുള്ളവർ ആകൃഷ്ടരായി, അവരെന്നെ ആവോളം പ്രശംസിച്ചു...

പക്ഷേ, ആരാണ് ആ രക്തസാക്ഷി?

അവിടെ കൂടിയിരുന്നവരാരും അതേറ്റെടുക്കാൻ തയ്യാറല്ലായിരുന്നു. ഞാൻ പിന്തിരിയാനും!

തെരഞ്ഞെടുപ്പുദിനമെത്തി. വിരലിൽ മഷിപുരട്ടി, ആഞ്ഞുകുത്തുമ്പോഴും സമ്മതിദായകരായ അവർ എന്റെ എതിരാളികളെയും അവരുടെ പ്രസ്ഥാനങ്ങളെയും തീഷ്ണമായി ശപിച്ചുകൊണ്ടിരുന്നു. സഹതാപത്തോടെ എന്നെ ആശ്വസിപ്പിച്ച്, എന്റെ വിജയമുറപ്പുവരുത്തി അവർ പിരിഞ്ഞു.

ഫലപ്രഖ്യാപനം വന്നു. മൂന്നിൽരണ്ട് ഭൂരിപക്ഷത്തോടെ ഞാൻ തെരഞ്ഞെടുക്കപ്പെട്ടു. എന്നെ പൊക്കിയെടുത്ത് അവർ ആനന്ദനൃത്തമാടി. അഭിനന്ദനങ്ങളുടെയും അഭിവാദനങ്ങളുടെയും നിലയ്ക്കാത്ത പ്രവാഹങ്ങൾ...

അപ്പോഴും;

രക്തസാക്ഷിത്വം സ്വന്തം പിതാവിന്റെമേൽ അടിച്ചേല്പ്പിക്കാൻ പ്രേരിപ്പിച്ച പ്രത്യയശാസ്ത്രത്തിൽ നിന്നും അണുവിടപോലും വ്യതിചലിക്കുവാൻ മനസ്സ് എന്നെ അനുവദിച്ചിരുന്നില്ല.

സംസ്കാരം

'കൊണ്ടുവന്നോ?'
-വന്നു.
'എല്ലാവരുമെത്തിയോ?'
-എത്തി.
'ആരെങ്കിലുമിനി വരാനുണ്ടോ?'
-ഒരാൾ മാത്രം... യാത്രയിലാണ്, ഉടനെത്തും.
'പുറത്തേക്കെടുത്തോ?'
-അല്പസമയത്തിനകം.
'എന്താണ് തീരുമാനം?'
-അധികനേരം വച്ചോണ്ടിരിക്കേണ്ട എന്നാണ്.
'എപ്പോഴാ?'
-കൃത്യം അഞ്ചുമണിക്കുതന്നെ.
'ഇതാ ഞാനെത്തി...'
-ശരി.

സ്ഥലത്തെത്തിയപ്പോഴേക്കും ചഷകങ്ങൾ നിറഞ്ഞു തുളുമ്പിയിരുന്നു. വീതിച്ചെടുത്ത്, ചുണ്ടോടുവച്ചവർ 'ചീയേഴ്സ്' പറഞ്ഞു ചടങ്ങ് ആരംഭിച്ചു.

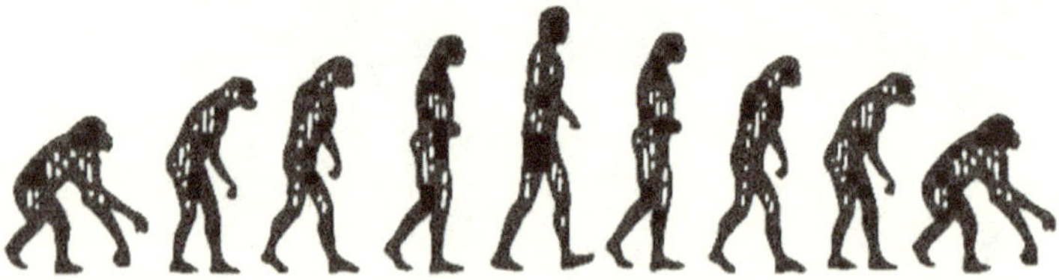

പരിണാമം

● മനുഷ്യനെ കുരങ്ങേ എന്നുവിളിച്ച്
പാവം കുരങ്ങുകളെ
ആക്ഷേപിക്കരുത്.

ഇനി,

കുരങ്ങിനെ മനുഷ്യാ എന്നുവിളിച്ച്
അവയെ ആത്മഹത്യ ചെയ്യാൻ
പ്രേരിപ്പിക്കുകയുമരുത്..!!

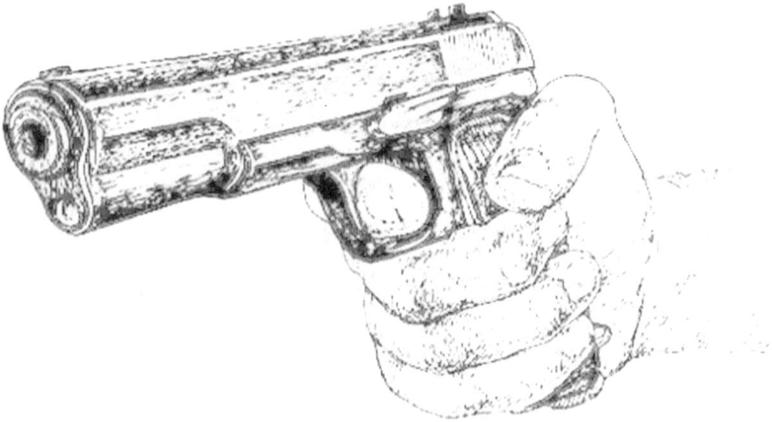

കാലമാറ്റം

- ഉരുക്കുമുഷ്ടികൾ മാത്രമാണുണ്ടായിരുന്നത്.

നെഞ്ചിലേക്ക് നീട്ടിപിടിച്ച നിറതോക്കിനുനേരേ നടന്നു ചെന്നത് ചുരുട്ടിയുയർത്തിയ കൈകളുമായിട്ടായിരുന്നു.

പക്ഷേ,

ഇപ്പോൾ ഞങ്ങളുടെ നേതാക്കന്മാരുടെ കൈകളിലാണ് തോക്ക്.

എതിരാളികളിൽ നിന്നും തട്ടിയെടുത്തവർ അത് സ്വന്തമാക്കി യിരിക്കുന്നു..!

ഉന്നം പിടിക്കുന്നതോ-

ഞങ്ങളുടെ നെഞ്ചിലേക്കും...

മനനം

● മൗനത്തിന്റെ വാതായനങ്ങൾ
മലർക്കെത്തുറക്കുമ്പോൾ നിശ്ചലതയുടെ സംഗീതമല്ല,
മറിച്ച്;
കടൽത്തിരകളുടെ പ്രക്ഷുബ്ദ്ധതയും
കൊടുങ്കാറ്റിന്റെ ഹുങ്കാരവും അഗ്നിയുടെ രൗദ്രഭാവങ്ങളുമാണ്
ഉള്ളിലേക്ക് കടന്നുവരുന്നത്.
എങ്കിലും;
മൗനം മനനത്തിന്റെ കൊടുമുടിയിലേക്കുള്ള
എന്റെ ഒടുങ്ങാത്ത യാത്രകളാകുന്നു..

കാഴ്ച

ഒരിലക്കീറിനും
ഒരിക്കലും ആകാശത്തെ
ഒരല്പംപോലും മറയ്ക്കാൻ കഴിയില്ല.

മറച്ചുവെന്ന് അവകാശപ്പെടുന്നവർ
അകലക്കാഴ്ച നഷ്ടപ്പെട്ടവരാണ്.

അനന്തതയും അപാരതയും
തങ്ങളുടെ കണ്ണുകളിലാണെന്ന്
അവർ അഭിമാനിക്കുകയും ചെയ്യുന്നു.

വിശപ്പ്

മൃതിയുടെ വിശപ്പിന്
ജീവിതം മാത്രമാണ് വേണ്ടത്.
പക്ഷേ,
ജീവിതം വിശന്നുതുടങ്ങുമ്പോൾ
മൃതിയെ ക്ഷണിച്ചുവരുത്തി
സ്വയമർപ്പിക്കുന്നു ചിലർ.
അങ്ങനെ അവർ
വിശപ്പിന്റെ വില
അറിയാതെ പോകുന്നു.

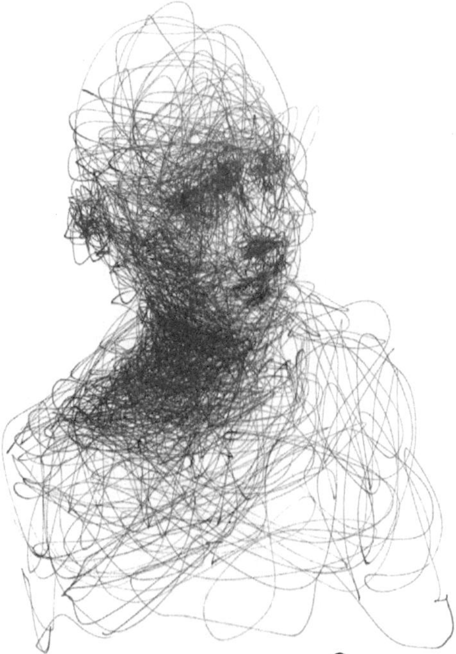

രക്തസാക്ഷി

● നേത്രദാനത്തിന്റെ സമ്മതപത്രത്തിൽ
ഒപ്പിട്ടുനല്കുമ്പോൾ ഒട്ടുംവിചാരിച്ചില്ല,
മരണത്തിന്റെ കാലൊച്ചയ്ക്കായി
കാതോർക്കും മുൻപ്,
അവരെന്റെ കണ്ണുകൾ
ചൂഴ്ന്നെടുത്തുകൊണ്ടുപോകുമെന്ന്...

ജീവിതം

ഞാൻ മനുഷ്യൻ.
മനുവിന്റെ വംശത്തിൽപ്പിറന്നവൻ,
മനനം ചെയ്യുന്നവൻ...
മൃതിയുടെ മൃദുലതകളിലേക്ക് അനുദിനം ചുവടുവയ്ക്കുന്നവൻ...
പക്ഷേ,
എന്റെ കണ്ണും കുതിരാറുണ്ട്,
എന്റെ കരളും പിടയ്ക്കാറുണ്ട്...
എന്റെ ഹൃദയവും നോവാറുണ്ട്...
അങ്ങനെ,
ഞാനും ജീവിക്കുന്നു..

സമ്മതം

അവളുടെ സമ്മതം,
അതിനുവേണ്ടിമാത്രമാണ് വർഷങ്ങൾ പലത്
ഞാൻ നീക്കിവച്ചത്.
അവസാനം അവൾക്ക് സമ്മതിക്കേണ്ടിവന്നു.

വിജയിയുടെ ഭാവം എന്നിൽ
വിവാഹംവരെയേ ഉണ്ടായിരുന്നുള്ളൂ.

ഇപ്പോൾ ഞാൻ
സമ്മതിച്ചുകൊണ്ടിരിക്കുകയാണ്;
അവൾ പറയുന്നതും,
പ്രവർത്തിക്കുന്നതും...

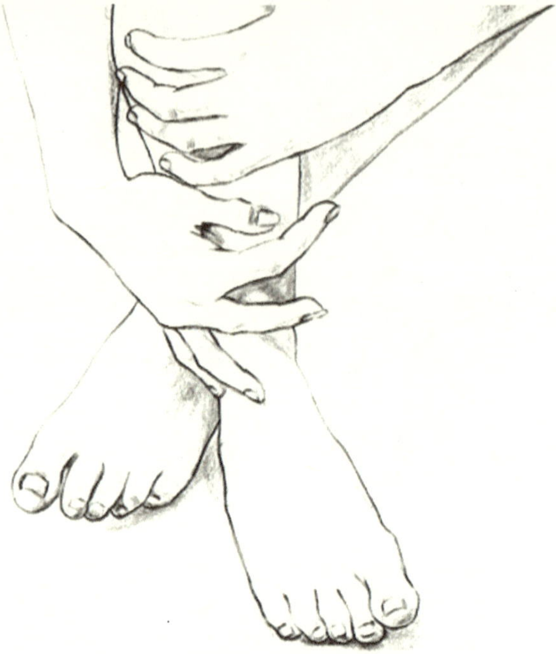

മടക്കയാത്ര

● തീരത്തോടുള്ള മടുപ്പാണ്
അവളെ ആഴത്തിലേക്ക് പോകാൻ പ്രേരിപ്പിച്ചത്.

ആഴങ്ങളിലേക്ക് പോകുംതോറും അവൾ
തീരത്തെ അപ്പാടെ മറന്നുകഴിഞ്ഞിരുന്നു.

ആഴത്തിൽനിന്നും തീരത്തിലേക്ക്
തിരികെയെത്തണമെന്ന്
തീവ്രമായി ആഗ്രഹിച്ചെങ്കിലും
അപ്പോഴേക്കും ആ തീരം തന്നെ
അവൾക്ക് നഷ്ടപ്പെട്ടുകഴിഞ്ഞിരുന്നു.

സ്ത്രീധനം

● വലതുകാൽ
വച്ചുതന്നെയാണ് പടികയറിയത്.

കുടുംബത്തിന്റെ
ഐശ്വര്യമെന്നാണ് പറഞ്ഞുകേട്ടതും.

പക്ഷേ,

ധനം ഇല്ലാതെയുള്ള ആ ഐശ്വര്യം
ഇപ്പോൾ
വീടിന്റെ പടിക്ക് പുറത്താണ്.

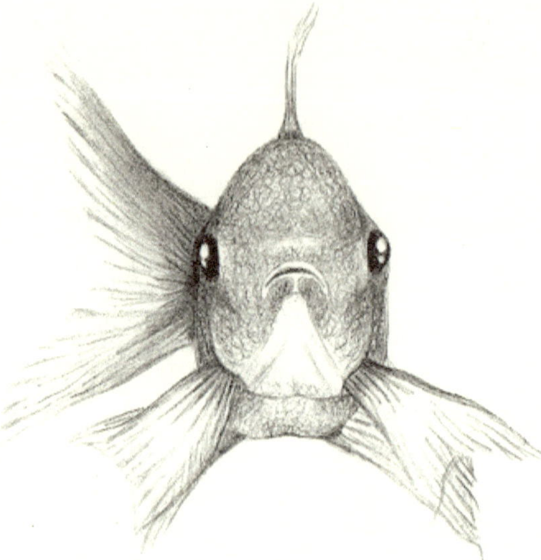

വഴികൾ

● പറക്കാനായിരുന്നു ആദ്യത്തെ മോഹം.
പറന്നുതുടങ്ങിയപ്പോൾ
ഉയരങ്ങളെ പുൽകണമെന്നായി.
ഉയരങ്ങളിലേക്കുള്ള യാത്രയിൽ പലതും മറന്നു.
ഇപ്പോൾ എല്ലാം ഓർക്കുന്നു,
വീഴ്ചയുടെ ആഘാതത്തിൽ
ഇങ്ങനെ കിടക്കുമ്പോൾ...
പക്ഷേ,
നഷ്ടപ്പെട്ടതൊന്നും...
ഇനിയൊരിക്കലും....

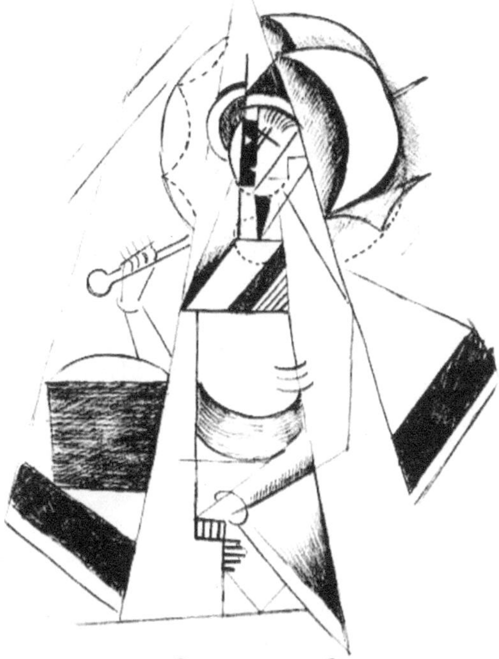

ചിതലുകൾ

● വേഗം പൊയ്ക്കൊള്ളാനാണ് മുതലാളിയുടെ നിർദ്ദേശം. പറഞ്ഞയുടനെ അനുസരിച്ചില്ലെങ്കിൽ അങ്ങേരുടെ മട്ടുമാറും.

പക്ഷേ, എങ്ങനെ പോകും?
കൊച്ചുമോളുടെ പ്രായമുള്ള ഈ പെൺകുട്ടിയെ ഇവിടെ യിങ്ങനെ തനിച്ചാക്കിയിട്ട്; അതും ശവം കാത്തിരിക്കുന്ന ഈ കഴുകന്റെ മുന്നിൽ...

വൃദ്ധന്റെ ഹൃദയമിടിപ്പിന് വേഗമേറി.
ഒന്നുരണ്ടുചുവടുകൾ മുന്നോട്ടാഞ്ഞെങ്കിലും അതിലേറെ വേഗം ചുവടുകൾ പിന്നോട്ടുവച്ചു.

കാർകൊണ്ട സന്ധ്യയെ കലിയോടെ നോക്കി.

രോഷമടക്കാനാവാതെ പിറുപിറുത്തുകൊണ്ട് അവിടെ ചുറ്റിപ്പറ്റി നടന്നു.

മണിക്കൂറൊന്നു തികയുന്നതിന് മുൻപ് മുതലാളിയുടെ സ്വകാര്യ മുറിയുടെ വാതിൽ ശബ്ദമില്ലാതെ തുറക്കപ്പെട്ടു.

വൃദ്ധൻ ഇരുളിന്റെ മറപറ്റി പതുങ്ങിനിന്നു.

വീർത്തമുഖവുമായി, കരഞ്ഞുകലങ്ങിയ കണ്ണുമായിറങ്ങിയ പെൺകുട്ടി ഇരുളിലേക്കാണ്ടുപോയി.

വൃദ്ധന് അന്ന് ഉറക്കം വന്നില്ല. തന്റെ നിസ്സഹായതയോർത്ത്, പെൺകുട്ടിയുടെ മുഖമോർത്ത് അയാൾ വിതുമ്പി.

കുറെദിവസം അയാൾ ഫാക്ടറി പരിസരത്തേക്ക് പോയില്ല.

പിന്നീട് അവളെ കണ്ട വൃദ്ധൻ അമ്പരന്നുപോയി.

സ്വന്തം വാഹനത്തിൽ, താക്കോൽ വിരലിലിട്ട് കറക്കി, കൈയിൽ വിലയേറിയ മൊബൈൽ ഫോണുമായി...

പ്രായത്തേക്കാളേറെ പക്വതയാർജ്ജിച്ച മുഖഭാവത്തോടെ, അധികാരത്തോടെ മുതലാളിയുടെ മുറിയിലേക്കവൾ കയറിപ്പോയി.

ഇത്തവണ വൃദ്ധന് നെഞ്ചിടിപ്പൊട്ടുമുണ്ടായില്ല.

എങ്കിലും അയാൾ വേഗം അവിടെനിന്നും ഇറങ്ങിനടന്നു.

ദയാവധം

കറന്റുപോയ നേരം.

എമർജൻസി ലാമ്പിന്റെ മങ്ങിയവെളിച്ചം, പുറത്തെ കൂരിരിട്ടുമായി മല്ലിട്ടുകൊണ്ടിരുന്നപ്പോഴാണ് വേലിയരുകിലെ ഒരനക്കം എന്റെ ശ്രദ്ധയിൽപ്പെട്ടത്.

എവിടുന്നോ സംഭരിച്ച ധൈര്യവുമായി ഞാൻ കുതിച്ചുചെന്നു. ആൾരൂപത്തിന്റെ കഴുത്തിലാണ് പിടികിട്ടിയത്.

വെളിച്ചത്തിന്റെ നടുവിലേക്ക് ഞാനവനെ വലിച്ചിഴച്ച് കൊണ്ടുവന്നു. മീശപോലും മുളയ്ക്കാത്ത കുരുന്നുദേഹം...!

വലതുകൈ അവൻ വയറ്റിമലർത്തി,

കണ്ണുകളിൽ ദൈന്യഭാവം...!

എന്റെ ദയയ്ക്കായവൻ കേണു.

ചോദ്യചിഹ്നത്താൽ എന്റെ പുരികം ചുളിഞ്ഞു.

'പശിക്കിറത്... അണ്ണാ...'

വിറയാർന്ന ചുണ്ടുകളിൽനിന്നും വാക്കുകൾ ഉതിർന്നുവീണു.
കുഴിഞ്ഞ കണ്ണുകളിലേക്കുറ്റുനോക്കി കുറച്ചുനേരം നിന്നു.

കൂടുതലൊന്നും ചിന്തിക്കാതെ ഞാൻ മുറിയിലേക്ക് ഓടിക്കയറി.

തപ്പിയെടുത്ത മെഴുകുതിരി കത്തിച്ച് പേനയും കടലാസും കൈയിലെടുത്തു.

പിന്നെ,

ഇന്ത്യാമഹാരാജ്യത്തിലെ ദരിദ്രജനകോടികളെക്കുറിച്ച് ഞാൻ എഴുതിത്തുടങ്ങി.

ഭാര്യ

നിന്റെ ഒരു വിളി..!
അതുമാത്രം മതിയെനിക്ക്...
എല്ലാമുപേക്ഷിച്ച് നിന്നോടൊപ്പം പോരാൻ.

പക്ഷേ,
നീ എന്നെ വിളിക്കരുതേ.
മക്കളെപ്പോലും മറന്നാലും എനിക്കാവില്ല,
എന്റെ പ്രിയ ഭർത്താവിനെ തള്ളിപ്പറയാൻ...

വേറെ ഒന്നുംകൊണ്ടല്ല,
കോടികളുടെ
പോളിസിയാണദ്ദേഹത്തിന്റെ പേരിലുള്ളത്.
ഏക അവകാശി ഞാനും...!

ചതുരാശ്രമങ്ങൾ

- ചുവപ്പിലായിരുന്നു ചുവടുവച്ചത്.

വിപ്ലവവീര്യത്തിന്റെ പോരാട്ട തീക്ഷ്ണതയിൽ, ബ്രഹ്മചര്യത്തിന്റെ പടിയിറങ്ങിയത് നരബാധിച്ചുതുടങ്ങിയ ചുവപ്പിനെനോക്കി നിശബ്ദനായിട്ടായിരുന്നു.

ഖദറിലൊളിക്കാനായിരുന്നു പിന്നീട് ശ്രമം. കാപട്യത്തിന്റെ കനത്ത പശമുക്കിയ വർണ്ണങ്ങൾ മാറിമാറിയുടുത്ത് ഗാർഹസ്ഥ്യവും, രക്തം തുടിക്കുന്ന ദേശീയതയുടെ വക്താവായി പൗരാണികസംസ്കാരത്തിന്റെ പ്രഘോഷണങ്ങളുമായി കാവിപുതച്ച് വാനപ്രസ്ഥവും കഴിച്ചുകൂട്ടി!

ഇപ്പോൾ നിശബ്ദനാണ്; നിസ്സഹായനും. മൗനശൈലങ്ങളിൽ,

ഏകാന്തതയിൽ, സന്യാസത്തിന്റെ ഉത്തുംഗതയിൽ...

ആരെയോ പ്രതീക്ഷിച്ചുകൊണ്ട്...

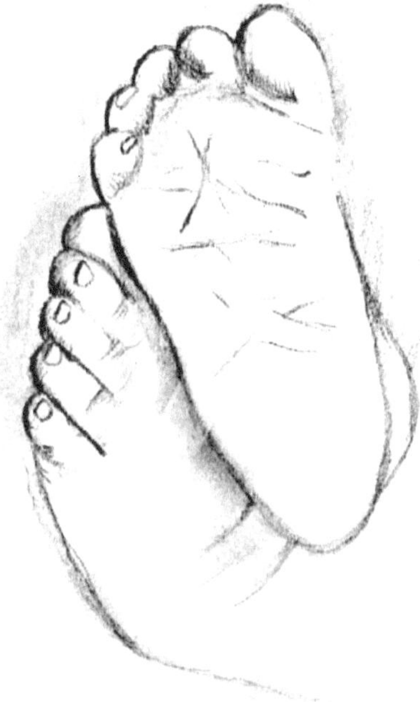

ഇര

● വേട്ടക്കാരന് ലക്ഷ്യത്തിലേക്കെത്താൻ ഇനി കുറച്ചുദൂരം മാത്രം! നിശബ്ദതയുടെ ഭയാനകതയിൽ അയാളുടെ ശ്വാസത്തിനു പോലും പറഞ്ഞറിയിക്കാനാവാത്ത വന്യത.

ഇമ ചിമ്മാത്ത കണ്ണുകൾ... കൊട്ടിയടയ്ക്കപ്പെട്ട കർണ്ണപുടങ്ങൾ... സർവ്വശക്തിയും കരങ്ങളിലേക്കാവാഹിച്ചയാൾ തന്റെ ഇരയെ കീഴ്പ്പെടുത്തി.

അയാളുടെ കരുത്തിന് കീഴിൽ ഇര തളർന്നുകിടന്നു, ഒച്ചവയ്ക്കാൻപോലുമാവാതെ.

വേട്ടക്കാരന്റെ ശൗര്യം ക്രമേണ കുറഞ്ഞുവന്നു.

കിതപ്പോടെ ഉയർന്നെഴുന്നേറ്റ്, അല്പം ദൂരെമാറി നിന്ന് അയാൾ തന്റെ ഇരയെ നോക്കി.

വിറങ്ങലിച്ച ഞരക്കങ്ങൾക്ക് നടുവിൽ മൃതപ്രായമായിക്കിടന്ന ആ കുഞ്ഞു ശരീരത്തെ അവിടെയുപേക്ഷിച്ച് വേട്ടക്കാരൻ നടന്നകന്നു;

മറ്റൊരു ഇരയെത്തേടി...

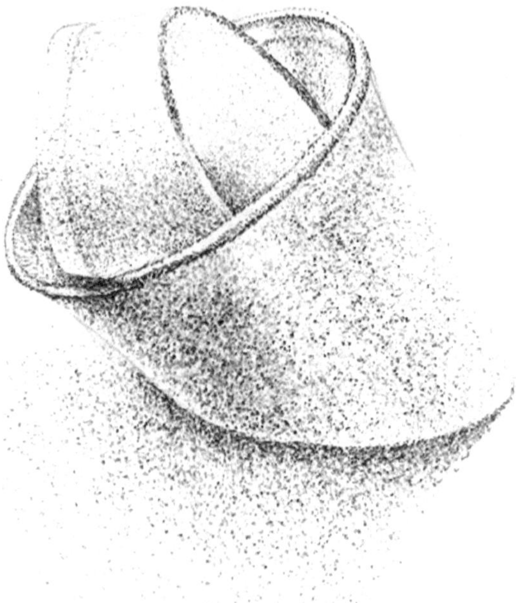

പ്രേയസി

● "ഇനി നമുക്കുപിരിയാം..."-അവൻ മറുപടി പറഞ്ഞില്ല.

"കണക്കുപ്രകാരം നീ എനിക്ക് കടക്കാരനാണ്."

-അവന് കണക്കിലെ കളികൾ അറിയില്ലായിരുന്നു.

"കടംമൊന്നും വീട്ടേണ്ട; ഇനിവല്ലതും വേണമെങ്കിൽ നിനക്ക് ചോദിക്കാം.."

-അവൻ ഒരല്പനേരം ചിന്തിച്ചു, പിന്നെ തേങ്ങലടക്കിക്കൊണ്ട് പതുക്കെ പറഞ്ഞു:

"നീ മറ്റൊരാളുടേതാവുന്നത് എനിക്ക് സഹിക്കാനാവില്ല..."

"ച്ഛേ..ച്ഛേ... നാണംകെട്ടവൻ... ദരിദ്രവാസി... സ്നേഹിച്ചതിന് പത്തിരട്ടിവില തിരിച്ചുതന്നിട്ടും.... യൂ ബ്ലഡി ഫൂൾ.."'

കൂടുതലൊന്നും അവന് കേൾക്കേണ്ടിവന്നില്ല,

അവന്റെ കർണ്ണപുടങ്ങൾ മരവിച്ചുപോയിരുന്നു.

1947-മുൻപും പിൻപും

- അത് കുറെ ദിനങ്ങൾ മാത്രമായിരുന്നു.

അല്ലെങ്കിൽ കേവലം ആഴ്ചകൾ, മാസങ്ങൾ...

അമ്മമാരും പെങ്ങന്മാരുമെല്ലാം വെറും സ്ത്രീകൾ മാത്രമായി മാറിയ ഇരുണ്ടദിനങ്ങൾ.

പിറക്കാനിരിക്കുന്ന സ്വാതന്ത്ര്യത്തിന്റെ പൊൻപുലരിയ്ക്കായി ഉടയാടകൾ അഴിക്കേണ്ടിവന്നവരുടെയും, കന്യകാത്വം വെടിയേണ്ടിവന്നവരുടെയും, വർഗ്ഗീയതയുടെ തീപ്പൊരികൾ നെഞ്ചിലേറ്റി സർവ്വതിനും നിശബ്ദസാക്ഷിയാകേണ്ടിവന്നവരുടെയും ദിനങ്ങൾ.

ഇപ്പോഴും അങ്ങനെതന്നെ.

ആട്ടിയോടിക്കപ്പെടുന്നവനും അടിമയാക്കപ്പെടുന്നവനും...

പകലുകൾപോലും അമ്മപെങ്ങന്മാർക്ക് ഭീതിദം..!!

കാമക്കഴുകന്മാർ വട്ടമിട്ടുപറക്കുന്നു..

നഗരത്തിന്റെ കീഴിൽ... ശീതീകരിച്ച മുറിയിൽ....

വെടിയുണ്ടയുടെയും പോർവിമാനങ്ങളുടെയും
ശബ്ദതരംഗങ്ങളിൽ...

എവിടെയും എപ്പോഴും....
ഒരു വ്യത്യാസം മാത്രം-

അന്ന്
മഹത്തായ സ്വാതന്ത്ര്യത്തിന്റെ പേരിലായിരുന്നു...

ഇന്ന്
ബൃഹത്തായ ജനാധിപത്യത്തിന്റെ കീഴിലും...

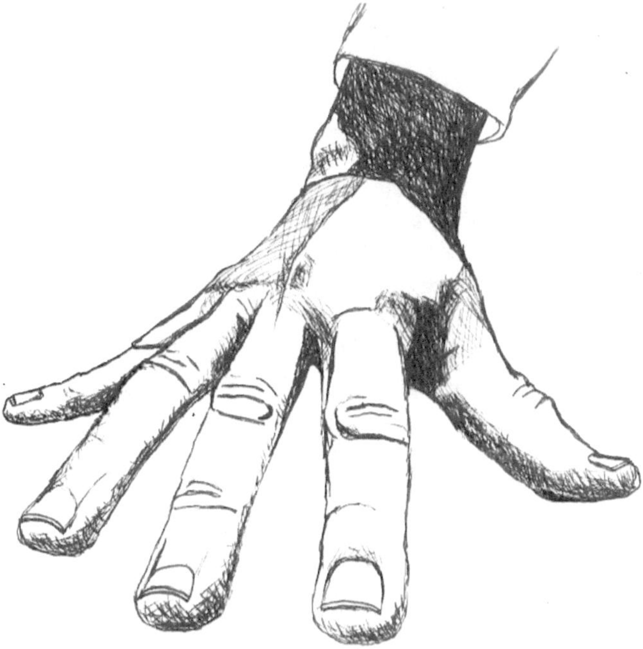

ചിഹ്നം

● അരിവാളുകൊണ്ട് വെട്ടിയും,
ചുറ്റികകൊണ്ട് അടിച്ചുമാണവർ
അവനെ വകവരുത്തിയത്.

നക്ഷത്രത്തിന് പകരമായിരിക്കാം
കരുതിയിരുന്ന നാടൻ ബോംബെടുത്ത്
ഉടൻതന്നെ പ്രയോഗിച്ചത്.

പരേഡ്

● തന്നെ പിന്തിച്ചീന്തിയെറിഞ്ഞവരെ തിരിച്ചറിയാൻ,
അന്വേഷണ ഏജൻസി തരപ്പെടുത്തിത്തന്ന
'തിരിച്ചറിയൽ പരേഡി'ന്
പോകേണ്ടിവന്നില്ല, അവൾക്ക്.

ബന്ധങ്ങൾ അവൾക്കുള്ളിൽക്കിടന്നു
കലങ്ങിമറിഞ്ഞു, മനംപിരട്ടലോടെ..

'അച്ഛൻ, കൊച്ചച്ഛൻ, മാമൻ, ചേട്ടൻ.....'

ഛർദ്ദിയുടെ വക്കിലെത്തിയവൾ
കുഴഞ്ഞ് താഴേക്ക്...

ഒളിച്ചോട്ടം

"എന്നെ മറന്നോ..?"

വിട്ടുമാറാത്ത ഉറക്കത്തിന്റെ ആലസ്യംബാധിച്ച, നിറം മങ്ങിയ കണ്ണുകളിലേക്ക് ഉറ്റുനോക്കിയവൻ ചോദിച്ചു.

"ഇല്ല.." അവളുടെ പതിഞ്ഞശബ്ദം.

"ഇവിടെയെന്തുചെയ്യുന്നു?..."

"ഇവിടം എന്റേതാണ്; എല്ലായിടവും..." മുഖത്തെ വിഷാദം മറയ്ക്കാനവൾ ശ്രമിക്കുന്നുണ്ടായിരുന്നു.

"എന്താണുചെയ്യുന്നതെന്ന് പറഞ്ഞില്ല..?"

"അതുവേണ്ട; ഇനിയെങ്കിലും എന്നെ വെറുതെവിട്ടു; ഞാനെങ്ങനെയെങ്കിലും കഴിഞ്ഞോട്ടെ..." നിറകണ്ണുമായി അവൾ ശീഘ്രം നടന്നകന്നു.

ഈ തെരുവിൽ ഇവൾക്കെന്താണ് പണി. ആരുടെകൂടെയാണ് കഴിയുന്നത്. ഉള്ളിലുതിർന്നുവന്ന ചോദ്യങ്ങളെ ഭേദിച്ചുകൊണ്ടൊരു അപരശബ്ദം കാതിലെത്തി.

"ഒത്തില്ല അല്ലേ.. അവൾ അങ്ങനെയാ.. ചിലരെയവൾക്ക് കണ്ണിപിടിക്കില്ല. അഹങ്കാരി..."

അയാളുടെ വാക്കുകളെ തടഞ്ഞുകൊണ്ടവൻ പെട്ടെന്നു ചോദിച്ചു: "ആരാ അവൾ..."

"ശ്ശെടാ ഇതുനല്ലകൂത്ത്. ഒന്നും അറിയില്ല്യാ...അല്ല്യോ... അവളാ ഈ തെരുവിലെ വേശ്യ..."

മനസ്സും ശരീരവും ഒരുപോലെ മരവിച്ചതുകാരണം കൂടുതലൊന്നും കേൾക്കാൻ അയാൾക്ക് കഴിഞ്ഞില്ല. ഓർമ്മയിൽ തീച്ചൂളകൾ വെന്തുപുകഞ്ഞു. പതിന്നാറാംവയസ്സിൽ, വാല്യക്കാരിപ്പെണ്ണിന് ഗർഭംനല്കി നാടുവിട്ടവനെക്കുറിച്ചുള്ള ചിന്തകൾ ചുടലനാളങ്ങൾപോലെ ആളിക്കത്തി...

അവിടെ നില്ക്കാതയാൾ വേഗം നടന്നു. വിറയ്ക്കുന്ന ദേഹവും; തീപിടിച്ച ചുവടുകളുമായി..

സദാചാര പോലീസ്

- ഇടവഴിയിലൂടെ നടക്കുമ്പോഴാണ് വള്ളിപ്പടർപ്പുകൾക്കിടയിലെ ഒരനക്കം ശ്രദ്ധയിൽപ്പെട്ടത്. വളരെ ഭയത്തോടെയാണെങ്കിലും ചുവടുകൾ മുന്നോട്ടുതന്നെവച്ചു.

പതുക്കെയുള്ള നോട്ടം ചെന്നെത്തിയത് കൗമാരം പിച്ചവയ്ക്കുന്ന ഇണപ്രാവുകളിലായിരുന്നു.

പരസ്പരം ആശ്ലേഷിച്ചു നിൽക്കുന്നു, സ്കൂൾയൂണിഫോമിനുള്ളിൽ രണ്ട് ചുണക്കുട്ടികൾ..!

നിശ്ചലതയിൽ നിന്നും ഞാനുണർന്നത് ഒരു അലർച്ചയോടെ....

രണ്ടുപേരെയും നന്നായൊന്ന് വിരട്ടി. ഇതാവർത്തിക്കില്ലെന്ന് സത്യം ചെയ്താണ് അവർ പിരിഞ്ഞുപോയത്.

സന്തോഷത്തോടെ ഞാൻ വീട്ടിലേക്കും.

വൈകുന്നേരം എന്നെ അറസ്റ്റുചെയ്യാൻവന്ന പോലീസുകാരാണ് എന്നോട് പറഞ്ഞത്,

സദാചാരപ്പോലീസ് ചമഞ്ഞ് നിഷ്കളങ്കരായ ആ കുട്ടികളെ മാനസികമായി ഞാൻ പീഡിപ്പിച്ച വിവരം...!

ഉത്തമദാമ്പത്യം

● "അവന് അവളെ ഇഷ്ടപ്പെട്ടു; അവൾക്ക് അവനേയും.

ഒരുമിച്ചുജീവിക്കാൻ അവർ തീരുമാനിച്ചു; ജാതിയുടെയും മത ത്തിന്റെയും കീഴ്വഴക്കങ്ങൾ പാടേ മറക്കാനും.

ദാമ്പത്യവല്ലരിയിൽ ആദ്യത്തെ പൂമൊട്ടുവീണു.
അവർ അത്യന്തം ആഹ്ലാദചിത്തരായി.

ആദ്യത്തെ കലഹം മാമോദീസായും ചോറൂട്ടലും തമ്മിൽ.
അടുത്തത് പേരിടീലും എഴുത്തിനിരുത്തലും.

അങ്ങനെയങ്ങനെ കലഹങ്ങൾ ഒന്നിനുപിറകേ ഒന്നായി...

കലഹത്തിന്റെ ഹേതു അവസാനം അവർ കണ്ടെത്തി.

കുട്ടിയെ നിയമപ്രകാരം ബാലസദനത്തിന് കൈമാറി.

ശേഷം,

സുഖകരമായ ദാമ്പത്യം പുനഃരാരംഭിച്ചു.

ഇണപ്പച്ചകൾ

● ബസ്സിന്റെ വേഗതയെ, അമിതവേഗം കൊണ്ട് മറികടന്നപ്പോഴാണ്, ആ ബൈക്കുയാത്രക്കാർ എന്റെ ശ്രദ്ധയിൽപ്പെട്ടത്.

"ബൈക്ക് റേയ്സ്" അഭ്യാസികളെപ്പോലെ രണ്ടുപേർ.

കൗമാരം വിട്ടുമാറാത്ത അവർ ധരിച്ചിരുന്ന ഷർട്ടാണ് എന്നെ കൂടുതൽ ആകർഷിച്ചത്.

കണ്ണഞ്ചിപ്പോകുന്ന തത്തപ്പച്ച..!

സൂക്ഷിച്ചു നോക്കാൻപോലും കഴിയുന്നില്ല, വെട്ടിത്തിളങ്ങുന്നു.

മറ്റ് വാഹനങ്ങളെ വെട്ടിച്ചുകൊണ്ട് ഒരു പരസ്യചിത്രത്തിലെന്നപോലെ അവർ കുതിച്ചു പാഞ്ഞുപോയി.

ആശുപത്രിയിലെത്തി, ഡ്യൂട്ടിവസ്ത്രം ധരിക്കുമ്പോഴാണ് സൂപ്രണ്ടിന്റെ നിർദ്ദേശവുമായി ഹെഡ്നേഴ്സ് ഓടിയെത്തിയത്.

"മാഡം ആക്സിഡന്റ് കേസാണ്, വേഗം... രണ്ടുപേരുണ്ട്...."

ധൃതിയിൽ, അവരോടൊപ്പം ഓപ്പറേഷൻ തീയേറ്ററിലേക്ക് കടക്കുമ്പോൾ ഞെട്ടിപ്പോയി..!

ഇരുണ്ട ചുവപ്പുകൾക്കുള്ളിൽക്കിടന്ന് ശ്വാസംകിട്ടാതെ 'പച്ച' പിടയ്ക്കുന്നു.

ഒന്നല്ല, ഒരേപോലെയുള്ള രണ്ട് 'പച്ച'കൾ...

കാത്തിരിപ്പ്

- എന്നും കാത്തിരിക്കാൻ മാത്രമായിരുന്നു വിധി. കാവൽക്കാരനും കൂട്ടുകാരനുമൊക്കെയായി ഒപ്പം കാലവും...

ആദ്യപ്രണയത്തിലെ നായിക മൊഴിഞ്ഞു:

"എനിക്കായി കാത്തിരിക്കണം"

കലാലയത്തിന്റെ പടികളിറങ്ങി വർഷങ്ങളോളം ഞാൻ കാത്തിരുന്നു, പക്ഷേ, അവൾ...

ഓരോരുത്തരായി വിടപറഞ്ഞുപോകുമ്പോഴും പറയുന്നുണ്ടായിരുന്നു "കാത്തിരിക്കൂ..."

തിരക്കിനിടയിൽ ഒരിക്കൽപ്പോലും അവർ എന്നോടുപറഞ്ഞ വാക്കുകൾ ഓർത്തില്ല, അല്ലെങ്കിൽ സാഹചര്യം അവരെ ഓർമ്മിപ്പിച്ചില്ല.

ദാരിദ്ര്യദുഃഖത്തിന്റെ അറുതി വരുത്താനായി ഗൾഫിലേക്ക് പറക്കാനൊരുങ്ങിയ ഭാര്യ നിറകണ്ണുകളോടെ പറഞ്ഞു:

"കഷ്ടപ്പാടൊന്നുമാറ്റിയെടുക്കണ്ടേ നമുക്ക്, കൂടിയാലൊരു രണ്ടു വർഷം. അത് കഴിഞ്ഞ് ഞാനിങ്ങെത്തില്ലേ... അതുവരെ കാത്തിരിക്കണം..."

പക്ഷേ, പിന്നീടവൾ തിരികെ വന്നത് എന്റെ ജീവിതത്തിലേ ക്കല്ലായിരുന്നു.

അച്ഛനെ ധിക്കരിച്ച് പടിയിറങ്ങിപ്പോയ മക്കളും അങ്ങനെ തന്നെ...

വാർദ്ധക്യത്തിന്റെ മൂർച്ചയേറിയ ശരങ്ങളൊരുക്കിയ ശയ്യമേൽ ഇപ്പോൾ തനിച്ചുകിടക്കുകയാണ്; വിളിക്കുവാൻ മരണമെത്തു ന്നതും കാത്ത്..

യഥാർത്ഥത്തിൽ, 'കാത്തിരിപ്പി'ന്റെ അർത്ഥമെന്തെന്ന് ശരിക്കും മനസ്സിലായത് ഇപ്പോഴാണ്.

മഴയുടെ മൊഴികൾ

വാതിൽ മെല്ലെ ചാരി ഞാൻ ഇറയത്തേക്ക് ഇറങ്ങിനിന്നു. മഴ തകർത്തുപെയ്യുകയാണ്. മഴയുടെ താളത്തിന്റെ ഭാവമാറ്റങ്ങൾ...!! ഒരു ശാന്തിമന്ത്രംപോലെ തുടങ്ങിയ മഴ ഇപ്പോൾ ചകിതയായ പക്ഷിയുടെ ചിറകടികൾപോലെയായിരിക്കുന്നു... ക്രമം തെറ്റിയുള്ള ആവർത്തനങ്ങൾ....

മഴയെ, മഴയുടെ മൊഴിയെ ഒരുപാട് പ്രണയിച്ചിരുന്ന ഒരു ബാല്യത്തിന്റെ ഓർമ്മ മനസ്സിലെന്നും മങ്ങാത്ത, മായാത്ത ഒരു ചിത്രംപോലെയുണ്ട്. പുലരിയിൽ, ഇരുണ്ട സായന്തനങ്ങളിൽ പെയ്തുതോരാത്ത മഴപോലെ കണ്ണീരിന്റെ നനവുപടർത്തിയിരുന്ന ജീവിതം...

പോയകാലത്തിന്റെ ഓർമ്മകൾ എന്നും വസന്തത്തിലേക്കുള്ള ഈടുറ്റചുവടുകളാക്കാൻ ശ്രമിച്ചിരുന്നു. പക്ഷേ, തിക്താനുഭവങ്ങൾ ഒരു ചങ്ങലപോലെ വിടാതെ പിന്തുടർന്നപ്പോൾ...

മനസ്സിന്റെ വിങ്ങൽ മറ്റാരും അറിയാതെ ഒളിപ്പിക്കാൻ പാടു പെട്ടിരുന്നത്... അല്ലെങ്കിലും എന്റെ മന്ദഹാസങ്ങളിൽപോലും വിഷാദത്തിന്റെ നിഴൽ മാത്രമായിരുന്നുവല്ലോ...

കാലം കൈപിടിച്ച് നടത്തുകയല്ലായിരുന്നു; കാലത്തേക്കാൾ വേഗം ഓടുകയായിരുന്നു. അതിർത്തികൾ നിശ്ചയിക്കാത്ത ലോകത്തിന്റെ പരപ്പുകൾ വരണ്ടുണങ്ങിക്കിടന്നിരുന്നു, ആഗത നേയും കാത്ത് എന്നപോലെ. വിളിപ്പാടുകൾക്കുള്ളിലെന്നും, കൈയെത്തുംദൂരത്തെന്നുമൊക്കെ തോന്നിപ്പിച്ച് ഓരോ സ്വപ്ന ങ്ങൾ അനുവാദമില്ലാതെ പടികടന്നെത്തിയിരുന്നു. അവസാനം യാത്രപോലും ചോദിക്കാതെ ഏതോ ഇടവഴിയിൽ, നിറക ൺചിരിയോടെ വിടപറഞ്ഞകന്നു. നിർവ്വികാരതയുടെ നിമിഷ ങ്ങൾക്കെല്ലാം ജന്മാന്തരങ്ങളോളം പഴക്കമുണ്ടെന്ന വസ്തുത അറിയാമായിരുന്നിട്ടും, ഉൾക്കൊള്ളാനാവാതെ മനസ്സ് പിടയു കയായിരുന്നു.

മഴയുടെ ശക്തി കൂടിക്കൂടി വരികയാണ്.

ഒരു അപരിചിതനോടെന്നപോലെ.... സ്വരത്തിൽ ദേഷ്യമോ...

എങ്കിലും സ്നേഹിക്കാതിരിക്കാനാവില്ല...

അനന്തതയുടെ, അപാരതയുടെ തീരങ്ങളിൽ നിന്ന് ഇനിയും അനേകം മുത്തുകൾ പൊഴിയും.

ശാസനയും സാന്ത്വനവുമൊക്കെയായി... പ്രണയിക്കുന്നവർക്കും പ്രണയിക്കപ്പെടുന്നവർക്കും.,..

ഈ ഗാനനിർഝരിയിൽ അലിഞ്ഞില്ലാതാകുന്നതിന് മുൻപ് ഒരു പ്രാർത്ഥനമാത്രം.

ഈ പെരുമഴ ഒരിക്കലും തോരാതിരുന്നെങ്കിൽ...

ആത്മരതി

● എഴുത്തുകാരനായി അറിയപ്പെടണമെന്നായിരുന്നു ആഗ്രഹം. കവിതയെഴുതിയാണ് രംഗപ്രവേശനം. ഫലമുണ്ടായില്ല.

പിന്നെ കഥയെഴുതിനോക്കി, തഥൈവ.

തീക്ഷ്ണമായ അനുഭവങ്ങളിലില്ലാത്തതിനാലാവാം, നോവലും പരാജയം രുചിച്ചു.

അനുഭവങ്ങൾ തേടിയിറങ്ങിയ ആ എഴുത്തുകാരൻ പീഡന കഥയിലെ നായകനായി ഇരുമ്പഴിക്കുള്ളിലായി. ആത്മകഥ യുടെ സാദ്ധ്യതകളെക്കുറിച്ച് അവിടെവച്ചാണ് ബോധോദയമു ണ്ടായത്.

അങ്ങനെ, ആത്മകഥയുടെ ആദ്യഭാഗം പ്രസിദ്ധപ്പെടുത്തിയ പ്പോഴേക്കും അയാൾ നല്ലൊരു എഴുത്തുകാരനായി അറിയപ്പെ ട്ടുതുടങ്ങിയിരുന്നു.

പരിഭവം

● മൂത്തമകന്റെ കല്യാണം അറിയിക്കാത്തതിന്റെ
പരിഭവം പറഞ്ഞപ്പോൾ മറുപടിയിങ്ങനെ:

"പേടിക്കേണ്ട, രണ്ടാമത്തവൻ നിൽക്കുവല്ലേ...
ഉടനെയുണ്ടാകും അറിയിക്കാം..."

അപ്പൻ മരിച്ചത്
അറിയിക്കാത്തതിനെപ്പറ്റി ചോദിച്ചപ്പോഴും-

"അമ്മ ഉണ്ടല്ലോ....
മറക്കാതെ അറിയിക്കാം..."

സാക്ഷര കേരളം

- ജോമോനും, ഷെറഫും, ഗീതയും, മഹേഷും അംഗനവാടിയിലൊരുമിച്ചിരുന്നാണ് ഇന്നലെവരെ അക്ഷരങ്ങളുമായി ചങ്ങാത്തം കൂടിയത്.

ഇന്ന്, അവർ പുതിയ വിദ്യാലയത്തിലേക്ക് ചുവടുവയ്ക്കുകയാണ്. പഴയതുപോലെതന്നെ, രക്ഷിതാക്കൾക്കൊപ്പം നാലുപേരും ജംഗ്ഷനിലേക്ക് ഒരുമിച്ചാണു വന്നതും.

ചിരിച്ചുകൊണ്ട് ഓടിയടുത്തവർ പതിവ് കുസൃതികൾ കാട്ടിത്തുടങ്ങി.

നിമിഷമേറെ കഴിഞ്ഞില്ല....

ആദ്യമെത്തിയത് അൽ-അമീൻ പബ്ലിക് സ്കൂളിന്റെ ബസ്സ് ആയിരുന്നു.

തൊട്ടുപിറകെതന്നെ ശ്രീനാരായണ സെൻട്രൽ സ്കൂളിന്റെ വാഹനം.

തുടർന്ന്,

സെന്റ് മേരീസ് സീനിയർ സെക്കന്ററി സ്കൂളിന്റെയും,
അവസാനം മന്നം മെമ്മോറിയലിന്റെയും...

നിറകണ്ണുകൾ തുടയ്ക്കാതെ, അവ്യക്തമായ കാഴ്ചയോടെയാണെങ്കിലും അവർ കൈവീശി യാത്രപറഞ്ഞകന്നു.

ആവേശം

ആദ്യത്തെയാവേശം കുറച്ചുദിനങ്ങളാൽ
കെട്ടടങ്ങിയപ്പോഴാണ് മനസിലായത്
ഒന്നും പൂർണ്ണമല്ലെന്ന്...

അനുഭവത്തിന്റെ മൂർച്ഛാവേളകളിൽ
പുതിയത് തേടുകയായിരുന്നു മനസ്സിനാനന്ദം.
പിന്നീട് ഇന്നുവരെയും പൂർണ്ണതതേടിയുള്ള
ഒടുങ്ങാത്ത യാത്രകളായിരുന്നു.

സുഖവും ഭോഗവും സമസ്യയാണെന്നും
തൃഷ്ണകൾ ജീവിതമല്ലെന്നും
തിരിച്ചറിഞ്ഞപ്പോഴേക്കും ഇരുളുവ്യാപിച്ചിരുന്നു.

അന്വേഷണം

● പെണ്ണിനും ചെറുക്കനും പരസ്പരം ഇഷ്ടമായി.
എന്നാലും ചെറുക്കനെപ്പറ്റി ഒരന്വേഷണം ആവശ്യമാണല്ലോ.

അങ്ങനെയാണവർ, ഉത്തരവാദിത്തപ്പെട്ട മൂന്നാലുപേർ ചെറുക്കന്റെ വീടിന് അല്പമകലെയുള്ള ആ വീട്ടിലെത്തിയത്.

ചെറുക്കന്റെ കുടുംബത്തെപ്പറ്റിയും, തറവാടിത്തത്തെക്കുറിച്ചുമെല്ലാം വാചാലനായ ഗൃഹനാഥൻ പറഞ്ഞ് നിർത്തിയതിങ്ങനെ:

"എന്റെ വീട്ടിലാ വന്ന് തിരക്കിയതെന്ന് ആ പയ്യനറിയല്ലേ... അവനെങ്ങാനും അറിഞ്ഞാൽ... കുടിച്ചുകൂത്താടി കുറെ തെമ്മാടിപ്പിള്ളേരേംകൂട്ടി വടിവാളുമൊക്കെയായി ഇനിയിങ്ങോട്ടു വരും... ദൈവത്തെയോർത്ത്... ചതിക്കല്ലേ..."

അഭിപ്രായ സ്വാതന്ത്ര്യം

- നിന്നെ ഞാൻ പ്രണയിക്കാം. വിവാഹം കഴിക്കാം. സുഖകരമായ ദാമ്പത്യം നയിക്കാം.

  പക്ഷേ, നമുക്ക് രണ്ടുപേർക്കും
  എപ്പോഴും സ്വാതന്ത്ര്യമുണ്ടായിരിക്കണം.

  അതായത്,
  ഞാൻ വേറൊരാളെ പ്രേമിക്കുകയോ വിവാഹം ചെയ്യുകയോ ചെയ്താൽ നിന്റെ ഭാഗത്തുനിന്നും ഒരിക്കലും തടസ്സമുണ്ടാകാത്ത തരത്തിൽ..!!

അറിവ്

'വായനാദിന'ത്തെക്കുറിച്ച്
എഴുതാനാണ്
അദ്ധ്യാപകൻ അവരോട് ആവശ്യപ്പെട്ടത്.

പക്ഷേ,

അവരെല്ലാം ഒരേപോലെ എഴുതിയത്
'വാലന്റൈൻ'
ദിനത്തെക്കുറിച്ചായിരുന്നു.

എസ്.എം.എസ്.

അപ്രതീക്ഷിതമായെത്തിയ ഒരു എസ്സ്.എം.എസ്സായിരുന്നു അവളെ അവന് പരിചയപ്പെടുത്തിയത്.

മെസ്സേജുകളിൽക്കൂടി അവർ ജീവിതത്തിന്റെ പുതിയ വാതായനങ്ങൾ തുറന്നു.

സൗഹൃദം ക്രമേണ ഇഷ്ടത്തിലേക്ക് പതുക്കെ വഴിമാറിക്കൊടുത്തു. ഇതുവരെ തമ്മിൽ കണ്ടിട്ടില്ലാത്ത അവളേക്കുറിച്ചവൻ ഒരുപാടൊരുപാട് കിനാവുകൾ നെയ്തു.

യുവത്വത്തിന്റെ കടിഞ്ഞാണില്ലാത്ത പ്രയാണത്തിലവൻ ചക്രവ്യൂഹത്തിലകപ്പെട്ടു. ഭേദിച്ച് മുന്നേറാൻ പക്ഷേ, അവനായില്ല. നിസ്സഹായതയുടെ ഒരു ചെറിയ നിലവിളിയുമായവൻ കടന്നുപോയി, ഒരു ബൈക്ക് ആക്സിഡന്റ്...

മെസ്സേജുകൾക്കായി കാത്തിരിക്കാൻ തുടങ്ങിയിട്ട് മണിക്കൂറുകൾ ഏറെക്കഴിഞ്ഞിരിക്കുന്നു... അവൾക്ക് മടുപ്പുതോന്നി.

അവൾ മൊബൈൽഫോൺ കയ്യിലെടുത്തു. വാശിയോടെ, വെറുപ്പോടെ, അതിലേറെ കോപത്തോടെ അവന്റെ നമ്പർ ഡെലീറ്റുചെയ്തു.

പിന്നെ;

മറ്റൊരു നമ്പരിലേക്ക് ഒരു മെസ്സേജ് അയച്ചിട്ടവൾ മറുപടിക്കായി കാത്തിരുന്നു,

അത്യുത്സാഹത്തോടെ...

മോചനം

● വിവാഹത്തിന്റെ തൊട്ടടുത്ത ദിവസം തന്നെ,
തന്റെ പേരിൽ ഭർത്താവ് നിർബന്ധപൂർവ്വം എടുത്ത
രണ്ട് കോടിയുടെ പോളിസിയാണത്രേ
അവളെ വിവാഹമോചനത്തിന് പ്രേരിപ്പിച്ചത്!

സമരം

● കരയാനാദ്യം പഠിച്ചു.
പതുക്കെപ്പതുക്കെ ചിരിക്കാനും.
ചിരിയട്ടഹാസമായും പിന്നെയത്
ദീനരോദനമായും മാറി.
ഇപ്പോഴത്, ഒരുനേരത്തെ
അന്നത്തിനുള്ള
ആർത്തിപൂണ്ട നോട്ടം മാത്രമാണ്.

തെരഞ്ഞെടുപ്പ് മാഹാത്മ്യം

- ഗ്രീഷ്മത്തിലെ തീഷ്ണമായ പകൽ.

തെരഞ്ഞെടുപ്പിന്റെ ശബ്ദകോലാഹങ്ങൾ ചുറ്റിലും പ്രളയം സൃഷ്ടിച്ചു കൊണ്ടിരുന്നു.

എന്റെ ഏകാന്തതയെ മുറിപ്പെടുത്തിക്കൊണ്ടാണ് അവർ വീട്ടിലേക്ക് കടന്നുവന്നത്.

തെരഞ്ഞെടുപ്പിനുണ്ടായ സാഹചര്യത്തെക്കുറിച്ചവർ എന്നെ ബോധവാനാക്കാൻ ശ്രമിച്ചു.

അവസരവാദരാഷ്ട്രീയത്തിന്റെ കഞ്ഞിപ്പശമുക്കിയതിനുള്ളിൽ കാപട്യമൊളിപ്പിച്ചവരായിരുന്നു ആദ്യമെത്തിയവർ.

പിന്നെ, വന്നവർ വൈദേശികതത്വങ്ങളുടെ കാവൽഭടർ.

കാലഹരണപ്പെട്ട ആശയങ്ങളുടെ, കടംകൊണ്ട ചിന്താധാരകളുടെ, വർഗ്ഗബോധമില്ലാത്ത വർഗ്ഗസമരങ്ങളുടെ ഇന്നിന്റെ പ്രായോജകർ.

സംസ്കാരത്തെയും പൈതൃകത്തെയും ചൂണ്ടിക്കാട്ടി, തീവ്രദേശീയതയുടെ ഉന്മാദത്താൽ ഉറഞ്ഞുതുള്ളുന്ന പാരമ്പര്യവാദികളും എന്നെയൊട്ടും അവഗണിച്ചില്ല...

ഒളിഞ്ഞും തെളിഞ്ഞും സമുദായസ്നേഹത്തെ ബോദ്ധ്യപ്പെടുത്തിയെന്നെ ആവാഹിക്കാനായിരുന്നു മറ്റുചിലരെത്തിയത്.

എന്തുചെയ്യാം..??

വിലയേറിയ ഒരുവോട്ട് പാഴായിപ്പോകുന്നതോർത്ത്
ദുഃഖിച്ചിരിക്കുകയാണ് ഞാനിപ്പോൾ...

മൂന്നാം കണ്ണ്

- അമ്പലനടയിൽ വച്ചാണ് അവളുടെ മാറിടത്തിലയാൾ കൈയമർത്തിയത്.

അണപൊട്ടിയ ക്ഷോഭം ചുവരുകളിൽ തട്ടി പ്രതിദ്ധ്വനിച്ചു.

"അവനോ...?"

ഓടിയടുത്തവരും അറിഞ്ഞുകേട്ടുവന്നവരും അവളിലേക്ക് അവിശ്വാസത്തിന്റെ നോട്ടമെറിഞ്ഞു.

സാക്ഷികളില്ലാത്ത സംഭവം..!!

ദേവന് നേരെ കൈകൂപ്പിയവൾ വിങ്ങിപ്പൊട്ടി. കണ്ണീരിന്റെ, ഹൃദയവേദനയുടെ നടുക്കടലിൽ നിന്നവൾ കേണു.

ആരും തന്റൊപ്പമില്ലെന്ന തിരിച്ചറിവിൽ നിൽക്കേ, ഒരു ശബ്ദമുയർന്നു.

"സിസിടിവി നോക്കിയിട്ട് എല്ലാവരും പോയാൽ മതി..."

പിന്നോട്ട് ചലിപ്പിച്ച ഒട്ടനവധി ചിത്രങ്ങളിലൊന്നിൽനിന്ന് കാര്യം വ്യക്തമായി.

"ശരിയാണ്, അവന്റെ കൈകൾ അവളുടെ.."

ഭക്തജനങ്ങൾ പിറുപിറുത്തു. അവനെ പുച്ഛിച്ചവർ നടന്നകന്നു. നിർവ്വികാരതയോടെ അവളും.

പിറ്റേദിവസം തന്നെ അവളുടെ പൂജാമുറിയിൽനിന്നും ദൈവങ്ങളുടെ ചിത്രങ്ങളെല്ലാം അപ്രത്യക്ഷമായി.

പകരമുള്ളത് ഒരു കൊച്ചുചിത്രം മാത്രമാണ്.

"സിസിടിവിയുടെ ചിത്രം..!"

നവലോകം

- രണ്ടാൾപൊക്കത്തിൽ കെട്ടിയ ചുറ്റുമതിലുകൾക്കുള്ളിൽ നിന്ന വലിയവീടും പരിസരവും നൽകിയ സുരക്ഷിതത്വം വളരെയേ റെയായിരുന്നു. അതുകൊണ്ടുതന്നെയാണ് മാസത്തിൽ മൂന്നാലു തവണയെങ്കിലും ഗേൾഫ്രണ്ട്സിനോടൊപ്പം അവിടെ ചെല വഴിച്ചിരുന്നതും.

കാമനകൾക്കായി പലപ്പോഴും മുറിവിട്ട് പുറത്തിറങ്ങി. വിശാല മായ പറമ്പും കുളവുമൊക്കെ വ്യത്യസ്തതയുടെ, അനുഭൂതിയുടെ പുതുലോകം തന്നെ സൃഷ്ടിച്ചു.

ആരേലും കണ്ടാലോ എന്ന് പരിഭവിക്കുന്ന ഫ്രണ്ട്സിനോട് "മുകളിലൊരാൾ മാത്രമല്ലേ, അയാളാരോട് പറയാൻ" എന്ന വാക്കുകൾ, അല്പം പരിഹാസത്തോടെ ആവർത്തിച്ചു.

പക്ഷേ, ഓരോ രതിക്രീഡകളും ഇന്റർനെറ്റിൽ സുലഭമാ ണെന്ന് അറിഞ്ഞപ്പോഴാണ് ഞെട്ടലോടെ ഉറവിടമന്വേഷിച്ചി റങ്ങിയത്...

അങ്ങനെയാണ്, അൽപം ദൂരെമാറിയുള്ള ആ രണ്ടുനില വീടും, അവിടുത്തെ സിസിടിവിയും ഒരു പതിനാറുകാരനും പ്രതിപ്പട്ടിക യിൽ ഇടംകണ്ടത്..!!

മാതൃക

● വീണുകിട്ടുന്ന ഇടവേളകളിൽ, പുകവലിക്കാനെത്തുന്ന പെട്ടിക്കടയുടെ പിൻവശത്ത് നിന്ന് അയാൾക്ക് പുതിയൊരു സുഹൃത്തിനെ കിട്ടി.

പിന്നീട് അയാളെത്തുന്ന നേരമെല്ലാം വാലാട്ടിക്കൊണ്ടവൻ ഓടി അരികിലെത്തും. ബിസ്ക്കറ്റും പക്കാവടയും സ്ഥിരം നല്കിയവനെ വാത്സല്യത്തോടെ തലോടും.. ഒരുദിനം അവനേയും കൂട്ടിയാണയാൾ വീട്ടിലേക്ക് പോയത്.

അയാളുടെ മൃഗസ്നേഹത്തെ വാഴ്ത്തിപ്പാടിയവർ ഒട്ടനവധി. സഹജീവി സ്നേഹത്തിന്റെ മാതൃകയായി ആ പ്രവൃത്തിയെ ചൂണ്ടിക്കാണിച്ച് അഭിമാനിച്ചവരേക്കാളേറെ അസൂയപ്പെട്ടവരായിരുന്നു.

പക്ഷേ;

പട്ടിയിറച്ചിയുടെ രുചി അയാൾക്ക് ആരെയെങ്കിലും പറഞ്ഞ് ബോദ്ധ്യപ്പെടുത്താൻ കഴിയുന്നതിനുമപ്പുറമായിരുന്നു..!!

നിറം

● ഓർമ്മവെച്ച കാലം മുതൽ എന്റെ നിറത്തേച്ചൊല്ലിയായിരുന്നു അമ്മയും അച്ഛനും വഴക്കുകൂടിയിരുന്നത്.

ചേച്ചിയുടെയും അനിയന്റെയും നിറമല്ല എനിക്കെന്ന് എല്ലാവരും പറഞ്ഞിരുന്നു.

എന്റെ നിറത്തിന് പിന്നിലെ, മറ്റാരും പറയാത്ത ആ രഹസ്യം കൗമാരത്തിന്റെ ആരംഭത്തിലെന്നോട് തുറന്നുപറഞ്ഞത് ഉറ്റ സുഹൃത്തായിരുന്നു.

അന്നുമുതലാണ് എല്ലാ നിറങ്ങളേയും വെറുത്തു തുടങ്ങിയത്.

പിന്നീട്, ഇന്നേവരെയും ഒരു നിറത്തെയും ഞാൻ ഇഷ്ടപ്പെട്ടിട്ടേയില്ല.

നിറമില്ലാത്ത ജീവിതത്തിന്റെ നിഴലായി ഞാനും ജീവിക്കുന്നു.

ചിത്രം

● എന്നും ഞങ്ങൾ കലഹമായിരുന്നു, ഞാനും എന്റെ നിഴലും തമ്മിൽ.

എന്റെ വഴികളിൽ, രഹസ്യയാത്രകളിൽ എന്നോടൊപ്പം അണുവിട തെറ്റാതെ ചുവടുവയ്ക്കുന്ന അവനെ ഞാൻ വെറുത്തു.

അവസാനം അവനോട് പിണങ്ങി എനിക്ക് ഒറ്റയ്ക്ക് മടങ്ങേണ്ടി വന്നു.

ഇന്ന് ഞാൻ അവന്റെ ശല്യമില്ലാതെ ഒറ്റയ്ക്കിരിക്കുകയാണ്,

ഉയർന്ന ഭിത്തിയിൽ ചില്ലിട്ട ചിത്രമായി....

പ്രവാസി

- മരുഭൂമിയിലെ ചൂടിലെരിഞ്ഞമർന്നത് രക്തം മാത്രമല്ല, എന്റെ ജീവിതം തന്നെയായിരുന്നു.

വീട്ടിൽ വിളിച്ച്, വാക്കുകൾ ഇടറാതെ സംസാരിച്ചുകഴിയുമ്പോൾ കരയുകയെന്നത് എന്റെ പതിവായിരുന്നു.

കഷ്ടപ്പാടിന്റെ ഇങ്ങേത്തലയ്ക്കൽ കുരുന്നുകളുടെ സുഖസന്തോഷങ്ങളും അവരുടെ ഭാവിയും മനസ്സിൽ കണ്ടുകൊണ്ടായിരുന്നു എന്റെ ഓരോ ദിവസങ്ങളും കടന്നുപോയിരുന്നത്.

കാലം ഒരുപാട് മുന്നോട്ട് ഓടിയകന്നിട്ടും അവർ വളരുന്നതും എന്നേക്കാൾ വലുതാകുന്നതും ഞാൻ കണ്ടതേയില്ല...

അതുകൊണ്ടാണ് ഏകാന്തതയിൽ പ്രവാസ ജീവിതം ഇന്നും ഞാൻ തുടരുന്നത്.

അവകാശി

- കത്തുന്ന കാമത്തിനെ കണ്ണീരുകൊണ്ടു
ശമിപ്പിക്കാൻ അവൾക്കായില്ല...

കിതപ്പിന്റെ ശക്തിപ്രവാഹത്തെ യാചനയുടെ ശബ്ദത്താലും
അകറ്റിനിർത്താനായില്ല..

ശീല്ക്കാരത്തിന്റെ ശൗര്യത്തെ പിഞ്ചിളംമേനിയാൽ
തടഞ്ഞുനിർത്താനുമായില്ല.

അവൾ- എന്നും അങ്ങനെതന്നെ ആയിരുന്നു;
അച്ഛന്റെ അനുസരണയുള്ള
നല്ല കുട്ടി..!!

മതേതര സംഗമം

● "ഞങ്ങളിലില്ല ഹൈന്ദവരക്തം..."
മുൻനിരയിലുണ്ടായിരുന്ന അവർ മൂവരും, വർദ്ധിതവീര്യത്തോടെ മുഷ്ടിചുരുട്ടി ഏറ്റുചൊല്ലി.
"ഞങ്ങളിലില്ല ക്രൈസ്തവരക്തം..."
സൈമൺ ജോസിന്റെ വാക്കുകൾ തൊണ്ടയിൽ കുടുങ്ങി.
"ഞങ്ങളിലില്ല ഇസ്ലാംരക്തം..."
മജീദ് നിശബ്ദനായി. പിന്നെ ചെറുതായൊന്ന് ചുമച്ച് കണ്ഠശുദ്ധി ഉറപ്പുവരുത്തി.
ജാഥ തീരേണ്ട താമസം;
സൈമൺജോസ് സുവിശേഷധ്യാനത്തിനായി വച്ചുപിടിച്ചു.
മജീദ് മഗ്‌രിബ് നിസ്കാരത്തിനും.
തൊട്ടടുത്ത്, ദീപാരാധന നടക്കുന്ന ക്ഷേത്രനടയിലേക്ക് പുച്ഛത്തോടെയൊരു നോട്ടമെറിഞ്ഞ്, സദാനന്ദൻ മാത്രം പാർട്ടി ഓഫീസിന്റെ പടികൾ കയറി.

സുരക്ഷ

● ആദ്യബീജത്താൽ പ്രളയവും
അടുത്തതിനാൽ അഗ്നിയും സൃഷ്ടിച്ചു.
എന്നിട്ടും ഭൂമിയിൽ മനുഷ്യർ ബാക്കി!!

അവസാനം
അവന് അണുവായുധം
തന്നെ നിർമ്മിക്കേണ്ടിവന്നു
സ്വന്തം
സുരക്ഷിതത്വത്തിനായി...

നഷ്ടം

ഓർമ്മകളിലെന്നും കടന്നുവന്നിരുന്നത്
ഓടിയൊളിക്കപ്പെട്ടവന്റെ മുഖമായിരുന്നു.

നിദ്രകളിലെപ്പോഴും നിറഞ്ഞിരുന്നത്
നിറംമങ്ങിയ ബാല്യമായിരുന്നു.

ഏകാന്തയുടെ ചങ്ങലകൾ തച്ചുടയ്ക്കാൻ ശ്രമിച്ചില്ല;
കാരണം, കഴിവ് പോരായിരുന്നു.

തിരിച്ചുപോക്കിന്റെ പ്രതീക്ഷകൾക്ക്
വാനോളം വ്യാപ്തിയും സമുദ്രത്തോളം ആഴവും.

വെറുതെയെങ്കിലും
മോഹം വിതയ്ക്കുന്ന മനസ്സ്:
'പോയബാല്യം തിരിച്ചുകിട്ടിയെങ്കിൽ..'

പ്രണയം

പ്രണയം, തുലാവർഷത്തെ
പകൽ പോലെയാണ്.

കൊതിപ്പിക്കുന്ന പുലരിയും
തീവ്രമായ ഉച്ചച്ചൂടും...
പിന്നെ,
ചെറുചാറ്റലിൽ തുടങ്ങി
അവസാനം
ഇടിയും
മിന്നലുമൊക്കെയായി തകർത്തങ്ങനെ...

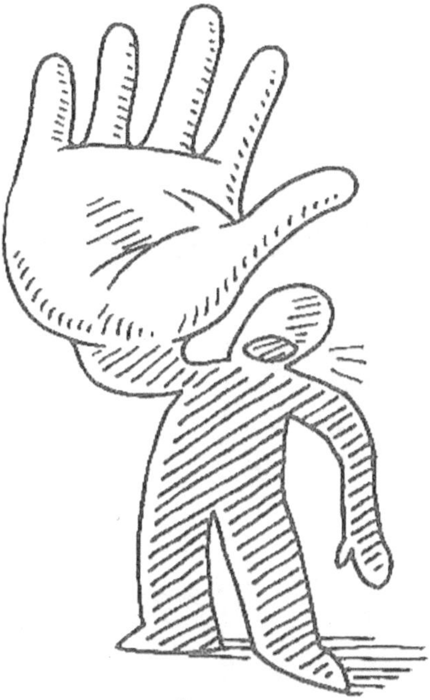

പിതൃത്വം

● കത്തുന്ന പനിച്ചൂടിലാണ്
ആദ്യമായവളെ പ്രാപിച്ചത്.

അതുകാരണമാവാം, രണ്ടാമത്തെ കുട്ടിയുടെ
വിട്ടുമാറാത്ത പനിയെക്കുറിച്ചവൾ
എപ്പോഴും പരാതിപ്പെട്ടിരുന്നു.

ഇപ്പോൾ, പനിയുള്ള ദിവസങ്ങളിൽ
ഞാൻ ഭാര്യയ്ക്കൊപ്പം കിടക്ക പങ്കിടാറില്ല.

പനിയില്ലാത്തൊരു
തലമുറയെ സൃഷ്ടിക്കാൻ
ഞാൻ സദാ ശ്രദ്ധിക്കുന്നു.

നിനക്കായ്...

ഞാൻ മണ്ണോടുചേർന്നു കഴിഞ്ഞാൽ എന്റെ കുഴിമാടത്തിനരികിലേക്ക് നീ വരരുത്.

ഇനിയുമണയാതെ കിടക്കുന്ന എന്റെ പ്രണയാഗ്നിനാളങ്ങൾ നിന്നിലേക്ക് ആളിപ്പടരുക തന്നെ ചെയ്യും.

അതിൽപ്പെട്ട് വെന്തുരുകി നീയില്ലാതാകുന്നത് എനിക്ക് ഒരിക്കലും സഹിക്കാനാവില്ലല്ലോ സഖീ...

മാന്യൻ

ഞാൻ അന്ന് അങ്ങനെയായിരുന്നു.

വീട്ടിൽ വളരെ കുറച്ചുസമയം മാത്രം ചെലവഴിച്ചു.

രാവിലെ ഓഫീസിൽ പോകുന്നതിനുമുൻപും, വൈകിട്ട് വന്നതിനുശേഷവും എന്റെ നാട്ടുകാരോടൊപ്പം.

സാംസ്കാരിക സമ്മേളനങ്ങൾ, ക്ലബ്ബുകൾ, വായനശാലകൾ... പിന്നെ അഭിനന്ദനത്തിന്റെയും അനുശോചനത്തിന്റെയും സമ്മേളനങ്ങൾ.

ഒരു സാമൂഹ്യജീവിയായി മുന്നേറി.

പഴയ റാലി സൈക്കിളിൽ, പരാതികളുമായി പഞ്ചായത്ത് ഓഫീസിലും ഒത്തുതീർപ്പുകൾക്കായി പോലീസ് സ്റ്റേഷനിലും കയറിയിറങ്ങി.

ചെറുപ്പക്കാരുടെ ചെറുസംഘങ്ങൾക്കൊപ്പം സായാഹ്നങ്ങളെ സമ്പുഷ്ടമാക്കി.

പിരിവിന് വരുന്നവരെയും ഭിക്ഷക്കാരെയും യഥോചിതം സ്വീകരിച്ചു. പിരിവുകാർക്കായി പലഹാരങ്ങൾ കരുതിവച്ചു.

അവധിയെടുത്ത് വിവാഹ-മരണവീടുകളിൽ ഒരു കാര്യക്കാര നായി ഓടിനടന്നു. ബോധവത്കരണക്ലാസ്സുകളിലെ സജീവ സാന്നിദ്ധ്യമായി.

പക്ഷേ,

ഇന്ന് ഞാൻ ഇങ്ങനെയാണ്.

ഓഫീസിൽ പോകാൻവേണ്ടിമാത്രമാണ് പുറത്തിറങ്ങാറുള്ളത്. പുറത്തിറങ്ങിയാൽത്തന്നെ കാറിന്റെ ഗ്ലാസ്സുകൾ താഴ്ത്താറേയില്ല. മണിക്കൂറുകളോളം കുശലം പറഞ്ഞിരുന്നവരോടൊക്കെ ഒന്നു പുഞ്ചിരിക്കുകമാത്രം ചെയ്യും.

പിരിവിനുവരുന്നവരെയും, ഭിക്ഷചോദിച്ചവരെയും അസഭ്യം പറഞ്ഞു. തിരിഞ്ഞുനിന്നവരെ ആട്ടിയോടിച്ചു.

സോഷ്യൽ നെറ്റ്‌വർക്കുകളിൽ മുങ്ങിക്കുളിച്ചു. നിരന്തരമായ ചാറ്റിംഗിലൂടെ ഇല്ലാത്ത പലതും പറഞ്ഞ് ഒരുപാട് സുഹൃത്തു ക്കളെ കബളിപ്പിച്ചു. സ്വകാര്യതയിൽ വെബ് ക്യാമറകളിലൂടെ ആനന്ദം കണ്ടെത്തി.

എന്നെ ഞാൻ മാത്രം കണ്ടു.

എന്റെ ദിവസങ്ങൾ അങ്ങനെ കടന്നുപോകുന്നു.

സത്യംപറയാമല്ലോ, ഇപ്പോഴാണ് എനിക്കുമത് തോന്നിത്തുട ങ്ങിയത്.

'ഞാനും ഒരു മാന്യനായെന്ന്...'

സമാന്തരങ്ങൾ

അവൻ; തീക്കാട്ടുകൾക്കുള്ളിലേക്ക്
തനിയെ നടന്നുപോയവൻ...

അവൻ; തീമഴ നനഞ്ഞ് കത്തുന്ന പാതയിലൂടെ
തീതുപ്പി മറഞ്ഞുപോയവൻ...

ഇന്ന്, അവന്റെ വഴികളിൽ അസ്തമയത്തിന്റെ
ചുവപ്പുകോട്ട.

അങ്ങനെ, അവൻ തന്റെ വഴി
മറ്റുള്ളവരിൽനിന്നും മറച്ചുവച്ചിരിക്കുന്നു.

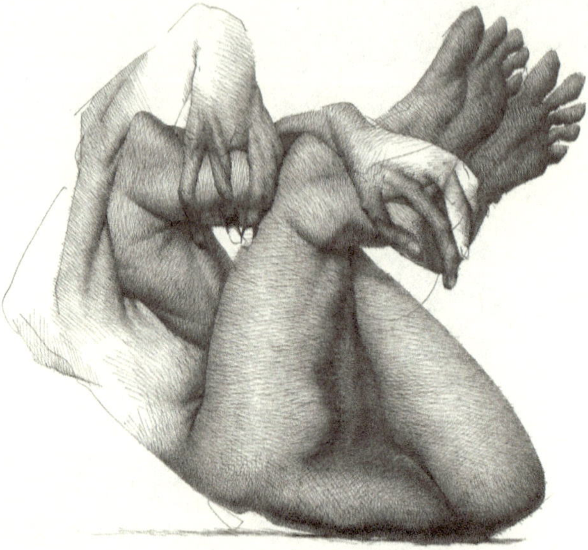

ജീവന്റെ പുസ്തകം

ഒന്നും എഴുതുവാനാവാതെ
ഇതാ, ഞാനെൻ ജീവന്റെ പുസ്തകം അടയ്ക്കുന്നു.

വരണ്ട ഞരമ്പുകൾ ഞെക്കിപ്പിഴിഞ്ഞിറ്റിച്ച
ചെറുതുള്ളി രക്തത്താൽ ഞാനെൻ ജീവിതം
ഒരൊപ്പായി മാത്രം ഈ താളിൽ രേഖപ്പെടുത്തുന്നു.

ശൂന്യതയുടെ വൻവൃത്തങ്ങളിൽ നിശ്ചലതയ്ക്കുത്തരംപോലെ
നേർത്ത ശ്വാസതന്മാത്രകൾ ഇടറുന്നു...

ഈ ശൂന്യതയിൽ നിന്നും
പലതും വായിച്ചെടുക്കാൻ കഴിഞ്ഞേക്കും.
ഒരിക്കൽപ്പോലും ആർക്കും എഴുതാൻ കഴിയില്ല,
ഈ പുസ്തകത്തിൽ...
നിശ്ചയമായും...

ഇടവേളകൾ

പറഞ്ഞുതീരാത്ത സന്തോഷങ്ങൾക്കിടയ്ക്ക്
എപ്പോഴോ ഇടവേളകളുണ്ടായിരുന്നു.

എഴുതിത്തീരാത്ത വിശേഷങ്ങളുടെ
വരികൾക്കിടയിലും
ഇടവേളകൾ ഒരുപാട് കടന്നുവന്നു.

മൗനത്തിന്റെ വിഹ്വലവേളകളിൽ
ഏകാന്തതയുടെ മുറിപ്പാടുകളിൽ
നിരാശയുടെ, നഷ്ടത്തിന്റെ ഓർമ്മക്കുറിപ്പുകളിൽ
ഇടവേളകൾ ധാരാളം...

ഇവിടെ, ഇരുണ്ടജീവിതത്തിന് മാത്രമാണ്
ഇപ്പോൾ ഇടവേളകൾ ഇല്ലാതെ പോകുന്നത്.

നടനം

● ചിലങ്കകൾ
വഴിയിലെവിടെയോ
അഴിഞ്ഞുപോയെന്നറിഞ്ഞിട്ടും
നടനവേദിയിലേക്ക് നടന്നടുത്തു.

താളങ്ങൾ, വേദനകളായ മൂകനിമിഷങ്ങളിൽ
തപ്തബാഷ്പങ്ങളായിരുന്നു
അരങ്ങിലെന്നെ എതിരേറ്റത്.

പിന്നീടിന്നുവരെയും
നർത്തനം അവയോടൊപ്പമായിരുന്നു...

യോഗം

● പണ്ട്;
ദൈവങ്ങൾ എല്ലാം ദരിദ്രരായിരുന്നു,
മനുഷ്യർ മനസ്സുകൊണ്ട് സമ്പന്നരും...

ഇന്ന്;
ദൈവങ്ങൾ എല്ലാം സമ്പന്നരാണ്,
മനുഷ്യർ മനസ്സുകൊണ്ട് ദരിദ്രരും..!!

തിരിച്ചറിവ്

● കാത്തിരിക്കണമെന്ന് അവളും,
കാത്തിരിക്കാമെന്ന് ഞാനും
ഏറ്റതാണ്
വർഷങ്ങൾക്കുമുൻപേ.

പക്ഷേ,
കാത്തിരിപ്പിന്റെ ദൈർഘ്യം കൂടുതലാണെന്ന്
ആദ്യംതിരിച്ചറിഞ്ഞത് അവളായിരുന്നു.

പതുക്കെ പതുക്കെ ഞാനും....

വിപണി

- വിവാഹം നല്ല ഒരു ചന്തയാണ്.

  നീണ്ടനേരത്തെ വിലപേശലിനൊടുവിൽ
  മാത്രമാണ് വിൽപ്പനയും വാങ്ങലും.

  പക്ഷേ, പരാതികളും പണ്ടങ്ങളും പേറി തിരികെയെത്തി
  'റീസെയ്ൽവാല്യൂ' ഓഫർ ചെയ്യുവ
  വീണ്ടും വിപണിയെ സജീവമാക്കുന്നു.

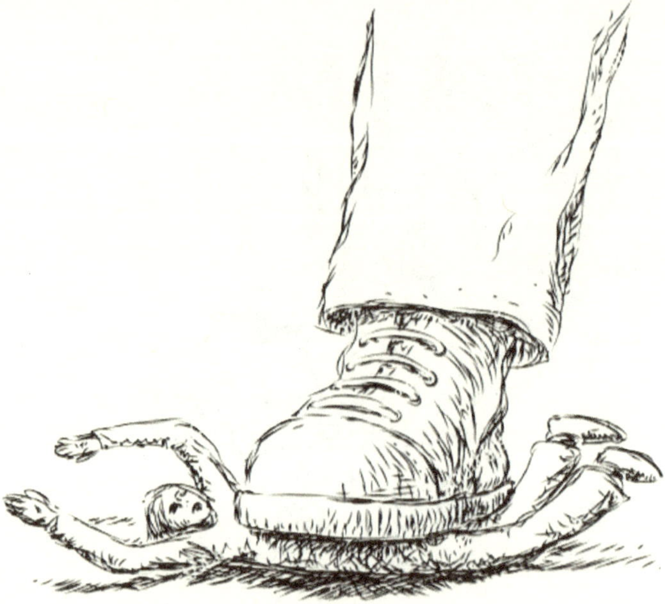

ഭോഗം

- കാമം കണ്ണുകളെ കനലാക്കുന്നു.

കനലുകൾ കത്തുമ്പോൾ തീമഴ പെയ്യുന്നു.

മഴ ശമിക്കുമ്പോഴും അടിയിലെ
വരണ്ട മണ്ണ്
കത്തിക്കൊണ്ടേയിരിക്കുന്നു.

കുറ്റം

● പട്ടട ഒരുക്കേണ്ട സ്ഥലത്താണോടോ ചേനേം ചേമ്പും നടാൻ തടംവെട്ടുന്നെ?

-ചോദിച്ചതാ സാർ... അപ്പോ അച്ഛനമമ്മയും സമ്മതിച്ചിട്ടാ...

"നശ്ശൂലങ്ങൾ... അവർക്കങ്ങനെയൊക്കെ പറയാം... അവരെ ഞാനും കാഞ്ഞുപോയി ഈ കൃഷിനശിച്ചാ പണം പോകുന്നത് എന്റേതല്ലേ..."

കൗമാരം

- സ്കൂൾ യൂണിഫോമിൽ ബിവറേജിന്റെ ക്യൂവിൽനിന്ന് കഷ്ട പ്പെടുന്ന പതിനാലുകാരനോട് സ്നേഹത്തോടെ പറഞ്ഞു:

  'മോന് ബിയറല്ലേ വേണ്ടത്, ഞാൻ വാങ്ങിത്തരാം'

  ദേഷ്യത്തോടെയുള്ള മറുപടി പെട്ടെന്നായിരുന്നു,

  "ആർക്കുവേണം ആ കലക്കവെള്ളം,
  എനിക്ക് വേണ്ടത് ഒ.പി.ആർ.ഫുള്ളാ...."

ഓണക്കളി

- സ്വരശുദ്ധിയില്ലാത്ത ആർപ്പ് വിളികളുടെയും, താളബോധമില്ലാത്ത ചെണ്ടമേളത്തിന്റെയും അകമ്പടിയോടുകൂടിയാണവർ പത്തുപന്ത്രണ്ടുപേർ ഇരുളിനെ ഭേദിച്ചുകൊണ്ട് എന്റെ മുറ്റത്തേക്ക് കയറിവന്നത്.

  പുലിയും വേട്ടക്കാരനുമൊക്കെയായി അവർ മുറ്റം ഉഴുതുമറിച്ചു..!

  കാശ് വാങ്ങാനെത്തിയവന്റെ മുഖമാണ് ആ സത്യം വെളിവാക്കിത്തന്നത്;

  അത്രയും പേരും ബംഗാളികളായിരുന്നു...

കുലീനത്വം

- മദ്യത്തിനെതിരെ സംഘടിപ്പിച്ച പ്രതിഷേധ യോഗത്തിൽ പങ്കെടുത്ത് പ്രസംഗിക്കുമ്പോൾ അവരെ ഞാൻ സംബോധന ചെയ്തത് "കള്ളുകച്ചവടക്കാർ" എന്നായിരുന്നു.

  ഇന്നിപ്പോൾ പാർട്ടിഫണ്ടിനുവേണ്ടി, കനത്ത തുക സംഭാവന വാങ്ങേണ്ടവരുടെ പട്ടിക തയ്യാറാക്കിയപ്പോൾ അത് "മദ്യവ്യവസായികൾ" എന്ന് ഞാൻ തിരുത്തി...

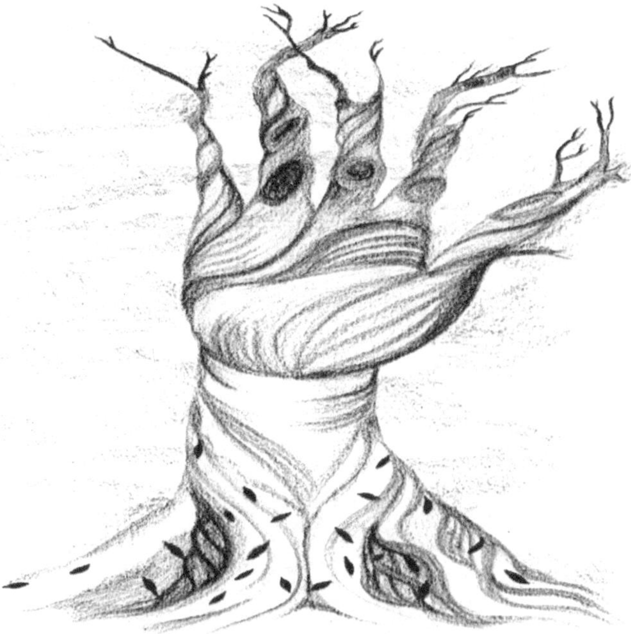

വെജിറ്റബിൾ

● എലിപ്പനി, ഡെങ്കിപ്പനി, ചെള്ള്പനി, പക്ഷിപ്പനി, ചിക്കൻ ഗുനിയ, ചിക്കൻ പോക്സ്, എച്ച്വൺ, തക്കാളിപ്പനി എന്നി ങ്ങനെ കേരളക്കരയാകെ വിവിധതരം പനികൾ...

ഒന്നോർത്താൽ ആശ്വാസത്തിന് വകയുണ്ട്.

ഒരു "വെജിറ്റബിൾ പനി" തക്കാളിയുടെ രൂപത്തിലെങ്കിലും ഉണ്ടല്ലോ..!!

അവനും അവളും-1

● **അവൻ:**

സ്ത്രീശാക്തീകരണയോഗം കഴിഞ്ഞു വന്നപ്പോഴാണത് കണ്ടത്. ഒരു തടിച്ച പുസ്തകത്തിലേക്ക് തലയുംപൂഴ്ത്തി ഭാര്യയിരിക്കുന്നു..!!

ഒന്നും മിണ്ടാതെ അകത്തേക്ക് കയറി.

മുഷിഞ്ഞ വസ്ത്രങ്ങൾ മാറുമ്പോഴും കണ്ണുകൾ പിറകിലേക്ക് പരതുന്നുണ്ടായിരുന്നു. ഇല്ല. അവൾ വരുന്നില്ല.

പെരുവിരലിൽ നിന്നും ദേഷ്യം ഇരച്ചുകയറിയത് എത്ര പെട്ടെന്നാണ്.!!

പിന്നീടൊരു കുതിപ്പായിരുന്നു. പുസ്തകം പറമ്പിലേക്ക് പറക്കുന്ന കാഴ്ച. പിന്നാലെ ചെകിടത്ത് പതിക്കുന്ന അടിയുടെ ശബ്ദം. ഒപ്പം ഒരലർച്ചയും...

"നിന്റെയൊരു പ്പീയേസ്സീ പ്പറീക്ഷ..."

അവൾ ഒന്നും മിണ്ടാതെ കണ്ണീർതുടച്ചുകൊണ്ട് അടുക്കളയിലേക്ക് ചെന്നു.

അവൾ കൊണ്ടുവന്ന ചൂടുള്ള കട്ടൻകാപ്പി മൊത്തിക്കുടിക്കുമ്പോൾ അവളുടെ കവിളത്തെ ചുവന്നപാടുകളിലേക്കാണ് കണ്ണുകൾ ചെന്നത്.

"ഷർട്ടുംമുണ്ടും എടുത്തുവയ്ക്ക്.."

ആജ്ഞയുടെ കനത്തസ്വരം. കാലടികൾ അകന്നുപോയി.

കൃത്യം ആറ് മണിക്ക് തന്നെ ഗാന്ധിദർശന്റെ പരിപാടിയിൽ പങ്കെടുക്കേണ്ടതാണ്. രണ്ട് ദിവസം മുൻപാണ് മൂവായിരം രൂപയോളം വിലവരുന്ന പുത്തൻവസ്ത്രങ്ങൾ വാങ്ങിയത്.

വൃത്തിയായി ഇസ്തിരിയിട്ടുവെച്ച വസ്ത്രങ്ങൾ ധരിച്ച് പെർഫ്യൂം പൂശി പുറത്തിറങ്ങുമ്പോൾ,

"വരാൻ വൈകും... കഴിച്ചിട്ട് കിടന്നോണം..."

വീടിന്റെ ഗേറ്റ് കടക്കേണ്ട താമസം;

ചുണ്ടിൽ ഫിറ്റ് ചെയ്ത പുഞ്ചിരിയുമായി ജനസേവകൻ നാട്ടിലേക്കിറങ്ങി.

അവനും അവളും-2

● **അവൾ:**

വെളുപ്പിനെ അഞ്ച് മണിക്കുണർന്നതാണ്. കറന്റില്ലാത്തതുകാരണം വെള്ളമില്ല.

പിന്നീടൊരു നെട്ടോട്ടം തന്നെയായിരുന്നു. മൂന്നിലും അഞ്ചിലും പഠിക്കുന്ന രണ്ടുപേരേയും സ്കൂൾ വാഹനത്തിൽ കയറ്റുമ്പോഴേക്കും ശരീരമാകെ തളർന്നുപോയിരുന്നു.

ഒല്പസമയം എവിടെയെങ്കിലുമൊന്ന് തലചായ്ച്ചാൽ മതിയെന്ന് വെറുതെ മോഹിച്ചുപോയി.

പക്ഷേ, തുണി കഴുകണം. ഇന്നലത്തെ നാലുജോടി വസ്ത്രങ്ങളുണ്ട് അദ്ദേഹത്തിന്റേത് മാത്രം. പിന്നെ കുട്ടികളുടേതും.

പത്തുമണി കഴിഞ്ഞപ്പോൾ വൈദ്യുതിബില്ലടയ്ക്കാൻ പോയി. താമസിച്ചതുകാരണം മുക്കാൽ മണിക്കൂറോളം ക്യൂവിൽ നിൽക്കേണ്ടിവന്നു. വരുന്ന വഴിക്ക് മീനും പച്ചക്കറിയും വാങ്ങി. ഉച്ചഭക്ഷണം തയ്യാറായപ്പോൾ രണ്ട് മണി.

അപ്പോഴാണ് അന്നത്തെ ദിവസം ആദ്യമായ് വായ് തുറന്നത്, കഴിക്കുവാൻ വേണ്ടി.

ഉണങ്ങിയ തുണികളെല്ലാം ഇസ്തിരിയിട്ടുകൊണ്ടിരിക്കുമ്പോഴാണ് സ്കൂളിൽനിന്നും മക്കളെത്തിയത്. അവരെ നിർബന്ധിപ്പിച്ച് വല്ലതും കഴിപ്പിച്ച് ട്യൂഷന് പറഞ്ഞുവിട്ടു.

എല്ലാം പെറുക്കിയൊതുക്കി തിണ്ണയിൽ നടുനിവർത്തി ഒന്നിരുന്നു. അപ്പോഴാണ് ഇത്തവണ പി.എസ്.സി. എഴുതണമെന്ന ഭർത്താവിന്റെ വാക്കുകൾ ഓർമ്മയിൽ വന്നത്.

തപ്പിയെടുത്ത പുസ്തകവുമായി വീണ്ടും തിണ്ണയിലേക്ക്...

പത്തുമിനിറ്റ് തികഞ്ഞില്ല, ദാ വരുന്നു.. ഭർത്താവ്...

ശാരീരികമായും മാനസികമായും തളർന്ന്, ഒട്ടിയവയറുമായി, ഉറങ്ങാതെ ഉറങ്ങി, അന്നും അവൾ...

പിൻകുറിപ്പ്

ചിതലരിക്കാത്ത ചിന്തകളുടെ മനുഷ്യൻ

മലയാളസാഹിത്യത്തിൽ രചനാവൈഭവംകൊണ്ടും, നൂതന ശൈലികളുടെ ആവിഷ്കരണത്താൽ ശ്രദ്ധപ്പെട്ടതും എന്നാൽ പ്രായോഗികതയിൽ വർത്തമാനകാലത്ത് മാത്രം പ്രചുര പ്രചാരം ലഭിച്ചതുമായ സാഹിത്യസൃഷ്ടിയാണ് മിനിക്കഥ കൾ. ചെറിയ ഖണ്ഡികയിലോ, കേവലം ചില വാചകങ്ങ ളിലോ ഒതുക്കിനിർത്തുന്നതും ഒളിപ്പിച്ചുവയ്ക്കുന്നതുമായ ഭാവനയുടെ വലിയൊരുലോകം അനുവാചകർക്ക് അനു ഭവവേദ്യമാക്കുന്ന എന്നതുകൊണ്ടുതന്നെ 'കാപ്സ്യൂൾ കഥകൾ' എന്ന പേരിലും അവ പ്രശസ്തമാണ്. ഒരുപക്ഷേ, നോവലിന്റെയോ, നീണ്ടകഥയുടെയോ, ചെറുകഥയുടെയോ പരിമിത വൃത്തത്തിനുള്ളിൽ നിന്നുകൊണ്ടുതന്നെയാണ് ഇത്തരം കുറുങ്കഥകളും ആസ്വാദകരോട് സംവേദിക്കുന്നത്.

നിത്യജീവിതത്തിൽ നാം പലപ്പോഴും കാണുന്ന കാഴ്ചക ൾ തന്നെയാണ് ഈ സമാഹാരത്തിലെ കുഞ്ഞുരചനകളുടെ ഇതിവൃത്തവും. പക്ഷേ, നമ്മൾ കാണുന്ന കാഴ്ചകൾ കണ്ണുക ളിൽ മാത്രമായി ഒതുങ്ങുന്നു എന്നൊരു വ്യത്യാസം മാത്രം. കണ്ണുകളിലൂടെ കാണുന്ന കാഴ്ചകൾ മനസ്സിന്റെ ഉള്ളറകളി ലേക്ക് എത്തപ്പെടുമ്പോഴാണ് ആ കാഴ്ചയുടെ അർത്ഥം നമുക്ക് സുവ്യക്തമാകുന്നത്. അവിടെയാണ് ഒരു മനുഷ്യൻ യഥാർത്ഥ മനുഷ്യനാകുന്നത്. ഇങ്ങനെയുള്ള ഓരോ കാഴ്ച കളും ഹൃദയത്തിലേക്കാവാഹിച്ച്, ആത്മസംഘർഷത്താൽ

എരിയുന്ന ചിന്തയുടെ, പുകയുന്ന നെരിപ്പോടിനുള്ളിൽ നിന്നും പുറത്തുവന്നിരിക്കുന്ന 84 മിനിക്കഥകളാണ് "രക്തസാക്ഷികൾ ഉണ്ടാകുന്നത്" എന്ന ഈ സമാഹാരത്തിലുള്ളത്.

ഒറ്റയിരുപ്പിന് വായിച്ച് തീർക്കാവുന്നതാണ് ഈ പുസ്തകം. വായിച്ചാൽ വീണ്ടും ഒന്നുകൂടി വായിക്കണമെന്ന് തോന്നും. പിന്നെയും തോന്നും ഒന്നുകൂടിയെന്ന്.... അവിടെയാണ് കഥപറച്ചിലിന്റെ 'എളിയ ഉദ്യമ'ത്തിൽ കഥാകാരൻ വിജയിക്കുന്നത്. ലളിതമായ ശൈലിയിലുള്ള ഭാഷാപ്രയോഗവും സരളവും ആകർഷകവുമായ അവതരണരീതിയും കൊണ്ട് ശ്രദ്ധേയമാണ് കുഞ്ഞുസൃഷ്ടികൾ മിക്കതും. അതിഭാവുകത്വമോ, അപ്രമേയമോ ആയ ഒരു കഥപോലും ഈ പുസ്തകത്തിലില്ല എന്നതും യാഥാർത്ഥ്യം തന്നെ.

സാധാരണക്കാരന് മനസ്സിലാകുന്ന ഭാഷ. വാക്കുകൾ വാരിവലിച്ചിടാതെ സസൂക്ഷ്മം ഒന്നിനുമീതെ ഒന്നായി അടുക്കിവച്ചിരിക്കുന്നു. നമ്മുടെ ചുറ്റുപാടുകളിൽ നിന്നും അടർത്തിയെടുത്ത നിസ്സാരസംഭവങ്ങൾപോലും കൃത്യത കണിശതയായി കണ്ടുകൊണ്ട് അവതരിപ്പിച്ചിരിക്കുന്നു. വാതിൽ തുറന്ന കത്തേക്ക് പ്രവേശിക്കുമ്പോൾ ആദ്യം കാണുന്ന 'ഞാൻ മാത്ര'മെന്ന രചനയിൽ തന്നെയത് തൊട്ടറിയാം. ആർത്തലച്ചുവരുന്ന ഓർമ്മകളുടെ പെരുവെള്ളപ്പാച്ചിൽകണ്ട് അമ്പരന്നുനിൽക്കുന്ന ഒരു ജന്മത്തിന്റെ നിസ്സഹായത കൃത്യതയോടെ വരച്ചുകാട്ടുന്നതിന് സാധിച്ചിട്ടുണ്ട്. 'ക്വട്ടേഷനിൽ' എത്തുമ്പോൾ നാം കാണുന്നത് സമകാലികമായ കേരളത്തിന്റെ ഭീതിദമായ ഒരവസ്ഥ തന്നെയാണ്. വിനാശകരവും പൊരുത്തപ്പെടാനാവാത്തതുമായ ആ അവസ്ഥ നേർക്കാഴ്ചപോലെ ഹൃദയത്തിൽ ആശങ്കയും അനുതാപവും ഉണർത്തുന്നു. 'ബലിദാന'ത്തിൽ നാം പോലുമറിയാതെ നമ്മെ പിന്തുടർന്നുകൊണ്ടിരിക്കുന്ന സാമ്രാജ്യത്വ-അധിനിവേശ ശക്തികളുടെ സാന്നിദ്ധ്യത്തെക്കുറിച്ചാണ് പറയുന്നത്. വാക്കുകൾക്ക് പ്രസക്തി നഷ്ടപ്പെട്ടപ്പോൾ നാവ് വാടകയ്ക്ക് കൊടുക്കുന്ന കോമാളികളും, വേദികൾ മാറുമ്പോൾ

അഭിപ്രായംമാറ്റുന്ന അവസരവാദ രാഷ്ട്രീയക്കാരും കഥയിലെ പ്രതിപാദ്യവിഷയമായി മാറുന്നുണ്ട്. സ്വന്തം ശത്രുവിനെ നശിപ്പിക്കാൻ എന്തും ചെയ്യുന്ന നമ്മൾ ശത്രു സംഹാരപൂജവരെ ചെയ്തുപോകുമെന്നതും ചിന്തവ്യം.

ജീവിക്കാൻവേണ്ടി മാത്രമുള്ള വിപ്ലവത്തിൽ ഏർപ്പെട്ടിരിക്കുന്നജീവിതങ്ങളുടെഅവസ്ഥയുംതുറന്നുകാണിക്കുന്നുണ്ട്. പുകയുന്ന മനസ്സുമായി പകുത്തെറിയപ്പെട്ട ജീവിതത്തിൽ, കാലത്തിന്റെ മറുവശത്ത്, വീണ്ടും കണ്ടുമുട്ടുമ്പോൾ അത്ഭുതപ്പെട്ടുനിൽക്കുന്ന യൗവ്വനം.

ഭോഗതൃഷ്ണയെ ശമിപ്പിക്കുന്നതിനുവേണ്ടി ലോഡ്ജിൽ ഒത്തുചേരുകയും, ശേഷം നഗരത്തിൽ തന്നെ അപരിചിതരായിത്തീരുകയും ചെയ്യുന്ന നല്ല അയൽക്കാർ. എല്ലാത്തിനെയും ചോദ്യംചെയ്യുന്ന, അപ്രമാദിത്യത്തിന്റെ മൂർത്തരൂപമായിട്ടാണ് ജീവിച്ചിരിക്കെ നിഷേധിയായിരുന്ന കഥാപാത്രത്തെ അവതരിപ്പിച്ചിരിക്കുന്നത്.

ഏകാന്തതയ്ക്ക് ഭംഗം വരുത്തിക്കൊണ്ട് അതിഥിയായെത്തുന്ന ഉറുമ്പുകൾ. അവ സൃഷ്ടിക്കുന്ന കൊട്ടാരത്തിനായി കാത്തിരിക്കുന്ന വൃദ്ധമനസ്സ്. കൂട്ടത്തോടെ തന്നെ തേടിവരുന്ന അവയെ കാണാതെ കാലയവനികയിലേക്ക് കൂട്ടുമാറിപ്പോകുന്ന ഒരു വാർദ്ധക്യസായാഹ്നത്തെ വരച്ചുകാട്ടുന്നു. 'ക്ഷണികതയുടെ തീവ്രത' ഹൃദയഭേദകമാകുംവിധം അവതരിപ്പിക്കപ്പെട്ട ക്ഷണികമാണ് ഇതിലെ മികച്ച സൃഷ്ടിയെന്ന് നിസ്സംശയം പറയാം.

പ്രത്യയശാസ്ത്രത്തിലധിഷ്ഠിതമായ നിലനില്പ്പിനുവേണ്ടി എന്തും ചെയ്യാൻ തയ്യാറാകുന്ന കഥാപാത്രത്തിന്റെ ഓർമ്മപ്പെടുത്തൽ ഒരു സൂചനയാണ്, വരുംതലമുറയ്ക്ക്.

ചിതലുകൾ, അപ്രതീക്ഷിതമായി സംഭവിക്കുന്ന തെറ്റുകൾ തുടർന്ന് അവിഹിത സമ്പാദനത്തിനുള്ള മാർഗ്ഗമായി മാറുന്ന കാഴ്ചകൾക്ക് ഇന്ന് ഒട്ടും പഞ്ഞമില്ല. സിസിടിയുടെ ഗുണവും ദോഷവും വ്യക്തമായി മനസ്സിലാക്കിത്തരുന്ന

രണ്ട് മിനിക്കഥകളാണ് മൂന്നാംകണ്ണും നവലോകവും. ദിശാബോധമില്ലാതെ, ഒരുനിമിഷനേരത്തെ ദുർബല ചിന്തയ്ക്കടിപ്പെട്ട് ആത്മഹത്യ ചെയ്യുന്നവരെക്കുറിച്ചാണ് 'വിശപ്പ്'. ചുറ്റുപാടുകളെ അറിയാതെ തന്നിൽത്തന്നെ ഒതു ങ്ങുകയും, വിശാലമായി പ്രസംഗിക്കുകയും എഴുതുകയും ചെയ്യുന്നവരെയാണ് 'ദയാവധ'ത്തിൽ പരിഹസിക്കുന്നത്.

മദ്യ ഉപഭോഗത്തിൽ ദേശീയ-അന്തർദ്ദേശീയതലത്തിൽ ഉന്നത നിലവാരം കാത്തുസൂക്ഷിക്കുന്ന മലയാളിയുടെ, പുതിയ 'സംസ്കാരം' കഥാകാരനെ അഭിനന്ദനാർഹനാക്കുന്നു. പിഞ്ചുകുഞ്ഞിനെപ്പോലും വെറുതെ വിടാത്ത 'ഇര പിടിയൻ'മാരും സമൂഹത്തിൽ വിരാജിക്കുന്നു.

സ്വാതന്ത്ര്യാനന്തര ഭാരതത്തിന് ഉണ്ടായ മാറ്റത്തിന്റെ വിലയിരുത്തൽ, കഥാകാരൻ വേണ്ടത്ര ഗൗരവത്തോടെ കാണുന്നില്ല എന്നത് പ്രത്യേകം പറയേണ്ടിയിരിക്കുന്നു. കാരണം ചെറിയ ചെറിയ സംഭവങ്ങളുടെ പേരിൽ വിമർശിക്കുമ്പോഴും, മഹത്തായ ജനാധിപത്യം നല്കുന്ന സ്വാതന്ത്ര്യത്തെ കാണാതെപോകരുത് എന്ന് ഓർമ്മിപ്പിക്കുകയാണ്.

ഇരുചക്രവാഹനങ്ങൾ യാത്രയ്ക്കുപരി വിനോദമാക്കി മാറ്റിയ പുതുതലമുറയുടെ അവസ്ഥ വർണ്ണിക്കുന്നു ഇണപ്പച്ചകളിൽ. പൊതുവിദ്യാലയങ്ങൾ അന്യംനിൽക്കുകയും അവിടെ ജാതിമത ഉടമസ്ഥതയിലുള്ള വിദ്യാലയങ്ങൾ ഉയർന്നുപൊങ്ങുകയും, കുരുന്നുകളിൽ വിഭാഗീയതചിന്തകൾ വളർത്തുകയും ചെയ്യുന്നു എന്ന സത്യം അല്പം ഉറക്കെത്തന്നെ പറയേണ്ടതാണ്. സമൂഹനന്മ കാംക്ഷിക്കുന്ന ഒരു സാധാരണക്കാരൻ സദാചാരപോലീസ് (സദാചാരമെന്ന നല്ല വാക്കിനെ പോലീസിനോട് ചേർത്ത് സാമൂഹ്യദ്രോഹികളുടെ പര്യായമാക്കി മാറ്റിയത് വലിയ ഒരു തെറ്റ് തന്നെയല്ലേ..) ആയി മാറുന്ന കാഴ്ച കൗതുകമുണർത്തുന്നതാണ്.

അനസ്യൂതമായ ഒരു ഒഴുക്കാണ് ഭാഷ. കഥയുടെ സൗന്ദര്യം ഭാഷയുടെ സുഗമമായ ആ ഒഴുക്ക് തന്നെയാണ്. അങ്ങനെ കഥാതന്തുവിന്റെ മാറ്റ് വർദ്ധിച്ച് വെണ്മയാർന്ന ഒരു ഉരുളൻകല്ലുപോലെ, കുഞ്ഞു കഥകളെ മിനുസപ്പെടുത്തിയെടുക്കുന്നതിൽ കഥാകാരൻ വിജയിച്ചിരിക്കുന്നു. എല്ലാവിധ ഭാവുകങ്ങളും നേരുന്നു.

എഴുത്തിന്റെ ലോകത്ത് ഈ തൂലികത്തുമ്പിലൂടെ ഇനിയും ഒരുപാടൊരുപാടുവർണ്ണങ്ങൾ വിരിയുന്നതും കാത്തിരിക്കാം, നമുക്ക് എല്ലാവർക്കും.

ഷൈനി മേരി വർഗ്ഗീസ്

തേഞ്ഞിപ്പാലം,
20.10.2018.

www.ingramcontent.com/pod-product-compliance
Lightning Source LLC
LaVergne TN
LVHW090422051026
849518LV00006B/2405
9788194918462